സ്വാമി വിവേകാനന്ദൻ
ഒരു ജീവിതയാത്ര

(ജനുവരി 12, 1863 - ജൂലൈ 4, 1902)

ബിജുകുമാർ

ചവറ മുല്ലശ്ശേരിൽ കുടുംബത്തിൽ പടിഞ്ഞാറ്റിടത്തുവീട്ടിൽ ജനാർദ്ദ നൻ പിള്ളയുടെയും വിജയലക്ഷ്മി അമ്മയുടെയും മകനായി ജനിച്ചു. സ്കൂൾ വിദ്യാഭ്യാസം ചവറ പുതുക്കാട് എൽ.പി. എസ്. സ്കൂളിലും, തുടർന്ന് ഗവൺമെന്റ് ഹൈസ്കൂൾ കൊറ്റൻകുളങ്ങരയിലും, കോളേജ് വിദ്യാഭ്യാസം ഗവൺമെന്റ് കോളേജ് ചവറയിലും നടത്തി. തുടർന്ന് മധുര കാമരാജ് യൂണിവേഴ്സിറ്റിയുടെ എ.ബി.എ.യും കരസ്ഥമാക്കി. കഴിഞ്ഞ പതിനാറ് വർഷമായി ദുബായിൽ ജോലി ചെയ്യുന്നു. ആദ്യ നാലുവർഷം ഫിനാൻസ് കൺട്രോളർ ആയി ഒരു ഷിപ്പിംഗ് കമ്പനി യിൽ ജോലി ചെയ്തു. തുടർന്ന് കഴിഞ്ഞ പന്ത്രണ്ട് വർഷമായി എമി റേറ്റ്സ് ടെലികമ്മ്യൂണിക്കേഷൻ കോർപ്പറേഷനിൽ (ETISALAT) അക്കൗണ്ട്സ് ഓഫീസർ ആയി ജോലി ചെയ്യുന്നു.

ഭാര്യ : സ്മിത ബിജുകുമാർ

മക്കൾ: അഞ്ജന സ്മിത
(എം.ബി.ബി.എസ് വിദ്യാർത്ഥിനി, ഡൽഹി),

ഹരിനാരായണൻ
(അഞ്ചാം ക്ലാസ് വിദ്യാർത്ഥി, യു.എ.ഇ)

വിലാസം:

ബിജു കുമാർ ജെ. പിള്ള
'പടിഞ്ഞാറ്റിടത്തുവീട്'
പുതുക്കാട് പി.ഒ.
ചവറ, കൊല്ലം
കേരള.

സ്വാമി വിവേകാനന്ദൻ
ഒരു ജീവിതയാത്ര

ബിജുകുമാർ

ലിപി പബ്ലിക്കേഷൻസ്
കോഴിക്കോട് - 673 002

Malayalam

SWAMI VIVEKANANDAN
ORU JEEVITHAYATHRA
(Biography)

By

BIJU KUMAR

First Edition : October 2019

Typeset & Layout by Jaisal, Ajitha LIPI DTP

Cover Design : Rajesh Chalode

Publishers
LIPI PUBLICATIONS
Head Office
AL Ameen Building, 13/766- U 6
Rly.Stn. Link Road, Kozhikode - 673002
Tel: 0495-2700321

Showroom
LIPI BOOKS
B-12, Vikas Building, Rly. Stn. Link Road, Kozhikode-2
Tel: 0495-2700192 Mobile: 9847262583
Email: lipipublicationsclt@gmail.com
lipiakbar@gmail.com

ഉള്ളടക്കം

നരേന്ദ്രന്റെ ജനനവും കുട്ടിക്കാലവും

ബ്രിട്ടീഷ് ഭരണകാലത്ത് ഇന്ത്യയുടെ തലസ്ഥാനമായിരുന്ന കൊൽക്കത്തയിലെ ഒരു സമ്പന്ന കുടുംബത്തിൽ 1863 ജനുവരി 12ന് തിങ്കളാഴ്ച ഒരു മകരസംക്രാന്തി ദിവസം രാവിലെയാണ് നരേന്ദ്രനാഥ് ദത്ത എന്ന സ്വാമിവിവേകാനന്ദൻ ജനിച്ചത്. പ്രശസ്ത നിയമപണ്ഡിതനും സർവ്വരുടെയും ആരാധനാമൂർത്തിയുമായിരുന്ന വിശ്വനാഥ്ദത്തയും വിദ്യാസമ്പന്നയും പുരാണങ്ങളിൽ അഗാധ അറിവുള്ളവളും കാഴ്ചയിലും പെരുമാറ്റത്തിലും ഒരു മഹാറാണിയെപ്പോലെ വിളങ്ങിയവളുമായ ഭുവനേശ്വരിയുമായിരുന്നു മാതാപിതാക്കൾ. അവരുടെ പത്തു മക്കളിൽ ആറാമത്തെ സന്താനമായിരുന്നു നരേന്ദ്രൻ. മാതാപിതാക്കളുടെ മൂന്നു മക്കൾ നേരത്തെ തന്നെ ഈ ലോകം വിട്ടുപോയിരുന്നു. അടുപ്പമുള്ളവർ നരേൻ എന്നും നരേന്ദ്രൻ എന്നും ആ കുട്ടിയെ വിളിച്ചു. ബിലേ എന്നാണ് നരേന്ദ്രനെ വീട്ടുകാർ വിളിച്ചിരുന്നത്. അമ്മ നൽകിയ വിരേശ്വരൻ (ബീരേശ്വർ) എന്ന പേരിന്റെ ചുരുക്കപ്പേരായിരുന്നു 'ബിലെ'.

ഒരിക്കൽ കേട്ടതൊന്നും മറക്കാതിരിക്കാനുള്ള ഓർമ്മശക്തിയും ഒരു കാര്യം ചെയ്യുമ്പോൾ തന്നെ മറ്റൊരു കാര്യം ശ്രദ്ധിക്കാനുള്ള കഴിവും കുട്ടിക്കാലത്തേ നരനുണ്ടായിരുന്നു. കുട്ടിക്കാലത്തുതന്നെ ഈശ്വരനെ കാണണമെന്ന ആഗ്രഹം കലശലായ നരേന്ദ്രൻ അതിനായി ശിവനെ ധ്യാനിക്കാൻ തുടങ്ങി. അതിലൂടെ ഏകാഗ്രമായ ധ്യാനവും വശത്താക്കി. നരേന്ദ്രൻ നല്ല കുറുമ്പുള്ള കുട്ടിയായിരുന്നു. പലപ്പോഴും അവനെ നിയന്ത്രിക്കാൻ അമ്മയ്ക്ക് കഴിഞ്ഞിരുന്നില്ല. അപ്പോഴെല്ലാം കാതിൽ ശിവനാമങ്ങൾ ഉരുവിട്ട് തലയിൽ തണുത്തവെള്ളം ഒഴിച്ചാൽ തൽക്ഷണം അവൻ ശാന്തനാകും. പലപ്പോഴും നരേന്ദ്രനെ ശാന്തനാക്കാൻ ഇതുമാത്രമേ ഒരുവഴിയുള്ളൂ എന്ന് അമ്മയ്ക്ക് അറിയാമായിരുന്നു. നരേന്ദ്രൻ അമ്മയിൽ നിന്ന് വളരെയധികം കാര്യങ്ങൾ പഠിച്ചു. രാമായണത്തിലെയും

മഹാഭാരതത്തിലെയും കഥകൾ അമ്മ എപ്പോഴും അവനു പറഞ്ഞു കൊടുക്കുമായിരുന്നു. ശ്രീരാമദേവന്റെ കഥ കേൾക്കാൻ നരേന്ദ്രന് വലിയ താല്പര്യമായിരുന്നു. നരേന്ദ്രൻ രാമനും സീതയുമായുള്ള ഒരു കളിമൺ പ്രതിമ വാങ്ങി പൂജാമുറിയിൽ വച്ചു പൂജിക്കുവാനും നിത്യവും പുഷ്പാർച്ചന നടത്തുവാനും തുടങ്ങി. രാമായണപാരായണം കേൾക്കുവാൻ നരേന്ദ്രനു വളരെ താല്പര്യം ഉണ്ടായിരുന്നു. കദളീവനങ്ങൾ രാമഭക്ത ഹനുമാന്റെ വിഹാരസ്ഥലം ആണെന്ന് നരേന്ദ്രൻ കേട്ടിട്ടുണ്ട്. അങ്ങനെ ഒരു ദിവസം ഒരു വാഴത്തോപ്പിൽ ഹനുമാനെയും പ്രതീക്ഷിച്ചു നരേന്ദ്രൻ കുറേനേരം ധ്യാനത്തിൽ ഇരുന്നു. ഇങ്ങനെ ധ്യാനത്തിൽ ഇരിക്കുന്നത് നരേന്ദ്രനു ഇഷ്ടവിനോദമായി മാറി. ധ്യാനത്തിലിരിക്കു മ്പോഴൊക്കെ ശിവന്റെയോ സീതാരാമന്റെയോ പ്രതിമ വച്ച് അതിന്റെ മുന്നിലിരുന്നാണ് നരേന്ദ്രൻ ധ്യാനിച്ചിരുന്നത്. കൂട്ടുകാരോടൊത്തു വിജനമായ സ്ഥലങ്ങളിലിരിക്കു മ്പോഴും ചുറ്റും നടക്കുന്നതൊന്നും അവൻ അറിഞ്ഞിരുന്നില്ല. ഒരിക്കൽ ധ്യാനത്തിലിരിക്കവെ അവിടേക്ക് ഒരു കരിമൂർഖൻ വരികയും മറ്റു കൂട്ടുകാർ നിലവിളിച്ച് ഓടുകയും ചെയ്തു. നരേന്ദ്രൻ ഇതൊന്നും അറിഞ്ഞില്ല. ധ്യാനത്തിൽ നിന്നുണർന്ന് മറ്റുള്ളവരെ അന്വേഷിച്ചപ്പോഴാണ് നടന്ന കാര്യങ്ങളൊക്കെ നരേന്ദ്രൻ അറിയുന്നതു തന്നെ.

ഗുരുശിഷ്യബന്ധം

ഭാരതത്തിലെ ആധുനിക ആദ്ധ്യാത്മികാചാര്യന്മാരിൽ ഏറ്റവും പ്രമുഖനായിരുന്നു ശ്രീരാമകൃഷ്ണ പരമഹംസർ. 1836 ഫെബ്രുവരി 18ന് കൊൽക്കത്തെയ്ക്കടുത്തുള്ള ഹുഗ്ലിയിലെ കമർപുക്കൂർ ഗ്രാമത്തിൽ ഒരു ദരിദ്ര ബ്രാഹ്മണകുടുംബത്തിൽ വൈഷ്ണവരായ ഖുദിറാം ചാറ്റർജിയുടെയും ചന്ദ്രികാദേവിയുടെയും മകനായിട്ടായിരുന്നു പരമഹംസരുടെ ജനനം. പൂർവികാശ്രമത്തിലെ നാമം ഗദാധരൻ എന്നായിരുന്നു. പ്രാഥമിക വിദ്യാഭ്യാസം പോലും ലഭിക്കാൻ സൗകര്യമില്ലാ ത്ത ഒരു പരിതഃസ്ഥിതിയിലാണ് ബാല്യകാലം കഴിഞ്ഞത്.

തന്റെ പതിനേഴാം വയസ്സിൽ പിതാവ് മരണപ്പെട്ടതിനാൽ കൊൽക്കത്തയിലെ വിവിധ ക്ഷേത്രങ്ങളിൽ പൂജാരിയായി പോകേണ്ടി വന്നു. അക്കാലത്തു റാണിരാസമാണി എന്ന് പേരുള്ള ഒരു ധനികയായ ശൂദ്രസ്ത്രീ കൊൽക്കത്തെയിൽ നിന്ന് നാലുമൈൽ അകലെ ഗംഗാതീരത്തു ദക്ഷിണേശ്വരം എന്ന സ്ഥലത്തു വലിയൊരു കാളീക്ഷേത്രം സ്ഥാപിച്ചിരുന്നു. ക്ഷേത്രത്തിന്റെ ഉടമസ്ഥ താണജാതിയിൽ പെട്ടവളായതുകൊണ്ട് ആഢ്യബ്രാഹ്മണന്മാർക്ക് അവിടെ ജോലിനോക്കാൻ മടിയായിരുന്നു. ഗദാധരൻ അതൊന്നും ഗൗനിക്കാതെ ഇരുപതാമത്തെ വയസ്സിൽ ആ ക്ഷേത്രത്തിലെ ശാന്തിക്കാരനായി. അദ്ദേഹത്തിന്റെ ജീവിതത്തിലെ ഒരു പരിവർത്തനഘട്ടമായിരുന്നു അത്. കുട്ടിക്കാലം മുതൽ തന്നെ ലൗകിക ജീവിതത്തിൽ വിരക്തി കാണിച്ച അദ്ദേഹം ആദ്ധ്യാത്മിക ചിന്തകളിൽ മുഴുകിയിരിക്കാനാണ് കൂടുതൽ താല്പര്യം കാണിച്ചത്. ധ്യാനസ്തോത്ര പൂജാവിധികളുടെ നിരന്തരവും ഏകാഗ്രവുമായ അനുഷ്ഠാനം കൊണ്ട് ജഗദംബയുടെ സാക്ഷാത്കാരം ദേവിവിഗ്രഹത്തിലൂടെ അനുഭവപ്പെടുന്നതായി അദ്ദേഹത്തിന് തോന്നി. സകലതും ദേവിയായി അദ്ദേഹം സങ്കൽപിച്ചു. ഇരുപത്തിനാലാമത്തെ വയസ്സിൽ മാതാവായ ചന്ദ്രികയുടെ

ശ്രീരാമകൃഷ്ണപരമഹംസൻ

ആഗ്രഹമനുസരിച്ചു ഗദാധരൻ സ്വഗൃഹത്തിൽ തിരിച്ചെത്തി ഒരു വിവാഹബന്ധത്തിൽ ഏർപ്പെട്ടു. സ്വന്തം മാതാവിന്റെ നിർദ്ദേശപ്രകാരമായിരുന്നു അത്. അന്ന് അഞ്ചു വയസ്സ് മാത്രം പ്രായമുണ്ടായിരുന്ന ശാരദാദേവിയെ അന്നത്തെ നാട്ടുനടപ്പ് അനുസരിച്ചു വിവാഹം ചെയ്തു. അക്കാലത്തു ശൈശവവിവാഹം സർവ്വസാധാരണമായിരുന്നു. വിവാഹച്ചടങ്ങു കഴിഞ്ഞു വധുവിനെ അന്നു തന്നെ പതിവനുസരിച്ചു സ്വമാതൃഗൃഹത്തിലേക്ക് തിരിച്ചു കൊണ്ടുപോയി. ഗദാധരൻ വീണ്ടും ദക്ഷിണേശ്വര ക്ഷേത്രത്തിലെ ശാന്തിജോലിയിൽ വ്യാപൃതനായി. പിന്നീട് എട്ടൊമ്പത് കൊല്ലം കഴിഞ്ഞാണ് അദ്ദേഹം സ്വപത്നിയെ കാണുന്നത്. അപ്പോഴേയ്ക്കും ഗൃഹസ്ഥാശ്രമത്തെപ്പറ്റി ചിന്തിക്കാൻപോലും പറ്റാത്തവിധം ഭക്തിയുടെയും വിരക്തിയുടെയും മാർഗത്തിൽ അദ്ദേഹം ബഹുദൂരം സഞ്ചരിച്ചു കഴിഞ്ഞിരുന്നു. കാളീദേവിയെ സ്വന്തം മാതാവായി കണ്ടുപൂജിച്ചു. സ്വന്തം ഭാര്യയായ ശാരദാദേവി പോലും കാളീമാതാവിന്റെ പ്രതിരൂപമായി തോന്നി. ഈ വസ്തുത മനസ്സിലാക്കിയ ശാരദാദേവി

ദാമ്പത്യജീവിതം കാംക്ഷിക്കാതെ തപശ്ചര്യയോടെ ഭർത്താവിനെ പരിചരിച്ചു മുക്തിനേടാൻ തീർച്ചയാക്കി. അങ്ങനെയാണ് ഈ മഹനീയ സ്ത്രീ ശ്രീരാമകൃഷ്ണ പരമഹംസരുടെ സന്തതസഹചാരിയായത്. ക്രമേണ ശാരദാദേവിയും ഭർത്താവിനെപോലെ ആത്മീയജീവിതത്തിന്റെ പരമപദത്തിലെത്തി. ശ്രീരാമകൃഷ്ണ പരമഹംസർക്ക് വിദ്യാഭ്യാസം ഒട്ടും ലഭിച്ചിരുന്നില്ല എങ്കിലും ഉള്ളിൽ എപ്പോഴും കത്തിക്കൊണ്ടിരിക്കുന്ന ഭക്തിദീപം അദ്ദേഹത്തെ ജ്ഞാനിയും സിദ്ധനുമാക്കി തീർത്തു. എല്ലാ മതങ്ങളുടെയും സാരാംശം ഒന്നാണെന്നുള്ള ബോധം അദ്ദേഹത്തിൽ തെളിഞ്ഞു വന്നു. ജാതിമതവർഗ വ്യത്യാസങ്ങൾ എല്ലാം അസ്തമിച്ചു. ദേശാടനത്തിനിടയിൽ ക്ഷേത്രപരിസരത്തു വന്നു താമസിക്കാറുള്ള പല സിദ്ധന്മാരുമായി അദ്ദേഹം സമ്പർക്കം പുലർത്തി. അവരിൽ ഇതര മതക്കാരും ഉണ്ടായിരുന്നു. അന്യമത സിദ്ധാന്തങ്ങൾ അവരിൽനിന്ന് ഗ്രഹിക്കാനും മതസ്ഥാപകരിലൂടെ പ്രത്യക്ഷപ്പെട്ട ഈശ്വരചൈതന്യത്തെ അതാതു രൂപത്തിലും ഭാവത്തിലും സാക്ഷാത്കരിക്കാനും അദ്ദേഹത്തിന് കഴിഞ്ഞു. ഹിന്ദുമതത്തിലെ അദ്ദേഹത്തിന്റെ പ്രഥമഗുരു ഭൈവരിബ്രാഹ്മിനി എന്നറിയപ്പെടുന്ന യോഗിനി ആയിരുന്നു. അവർ ഒരു കൊല്ലത്തോളം ദക്ഷിണേശ്വരക്ഷേത്രത്തിൽ താമസിച്ചു. ഭക്തിയോഗത്തിൽ ഉപരി പരിശീലനം നൽകി. അതിനുശേഷം തോതാപുരി എന്ന യോഗിയിൽനിന്ന് അദ്ദേഹം രാജയോഗവും ജ്ഞാനയോഗവും അഭ്യസിച്ചു. ഇതിനിടയിൽ പ്രസിദ്ധ വാഗ്മിയും പണ്ഡിതനും ബ്രഹ്മസമാജത്തിന്റെ നേതാവുമായ കേശവചന്ദ്രസേനനെ പരിചയപ്പെട്ടു. അവർ പരസ്പരം ആദരവും സ്നേഹവും പ്രകടിപ്പിച്ചു. അതുവരെ അജ്ഞാതനായി കഴിഞ്ഞിരുന്ന ശാന്തിക്കാരന്റെ ദിവ്യത്വം ആദ്യമായി കണ്ടറിഞ്ഞത് കേശവചന്ദ്രസേന നായിരുന്നു. അദ്ദേഹത്തിന്റെ പ്രസംഗങ്ങളിലും പ്രബന്ധങ്ങളിലും ശ്രീരാമകൃഷ്ണ പരമഹംസരെ ഒരു ദിവ്യാത്മാവ് എന്ന നിലയിൽ പ്രകീർത്തിച്ചു. അതിനെ തുടർന്ന് ലോകരുടെ ശ്രദ്ധ ദക്ഷിണേശ്വര ക്ഷേത്രത്തിലേക്ക് തിരിഞ്ഞു. ദിനംപ്രതി ശ്രീരാമകൃഷ്ണ പരമഹംസരുടെ ദർശനത്തിനായി നാനാജാതിമതസ്ഥരായ ധാരാളം ജനങ്ങൾ അവിടെ വന്നു തുടങ്ങി. ഈ കാളീഭക്തൻ പരമഹംസപദത്തിൽ എത്തിയ ജീവന്മുക്തനാണെന്നും അദ്ദേഹത്തിന്റെ ആത്മീയസിദ്ധികൾ അനന്യദൃഷ്ടങ്ങളാണെന്നും ഏവർക്കും ബോദ്ധ്യമായി. ഗൃഹസ്ഥരും ബ്രഹ്മചാരികളുമായ അനേകം പേർ അദ്ദേഹത്തിന്റെ വചോമാധുരിയിലും ഭക്തിപ്രകർഷത്തിലും ലയിച്ചു ശിഷ്യന്മാരായി തീർന്നു. അവരിൽ പ്രഥമ ഗണനീയനായിരുന്നു സ്വാമിവിവേകാനന്ദൻ. ഏതു ദുർഗ്രഹമായ വേദാന്ത തത്ത്വവും

നമുക്ക് നിത്യപരിചിതങ്ങളായ ദൃഷ്ടാന്തങ്ങളിലൂടെ അത്യന്തം ലളിതമാക്കി വിശദീകരിക്കുവാൻ അദ്ദേഹത്തിന് അന്യാദൃശമായ കഴിവുണ്ടായിരുന്നു. ആത്മീയപ്രവണതയും തത്ത്വചിന്താശീലവും വിദ്യാർത്ഥിയായിരിക്കെ നരേന്ദ്രനിൽ മുന്നിട്ട് നിന്നിരുന്നു. ആറാം ക്ലാസ്സിൽ പഠിക്കുന്ന കാലത്താണ് നരേന്ദ്രൻ ആദ്യമായി ശ്രീരാമകൃഷ്ണ പരമഹംസരെ കാണുന്നത്. ഒരു ദിവസം തന്റെ അദ്ധ്യാപകരിൽ നിന്നാണ് ശ്രീരാമകൃഷ്ണ പരമഹംസർ ദക്ഷിണേശ്വരക്ഷേത്രത്തിൽ ഉള്ള കാര്യം അറിയുന്നത്. അങ്ങനെയാണ് അദ്ദേഹം ഗുരുവിനെ കാണുന്നത്. എന്തുകൊണ്ടോ അളവറ്റതും അടക്കാൻ വയ്യാത്തതുമായ ഒരാനന്ദം ആ വിദ്യാർത്ഥിയെ കണ്ടമാത്രയിൽ പരമഹംസർക്കു അനുഭവപ്പെട്ടു. തന്റെ ഭാവിശിഷ്യനെ അദ്ദേഹം ആ യുവാവിൽ ദർശിച്ചിരുന്നു. അതുവരെ ഒന്നിലും വിശ്വസിക്കാത്ത മതവിഷയങ്ങളിൽ തർക്കിച്ചും ചോദ്യംചെയ്തും ശീലമുള്ള ഒരുയുക്തിവാദിയായിരുന്നു സ്വാമിവിവേകാനന്ദൻ. പരമഹംസരെ കണ്ടമാത്രയിൽ നരേന്ദ്രൻ പെട്ടെന്ന് ചോദിച്ച ഒരുചോദ്യമാണ് 'അങ്ങ് ഈശ്വരനെ കണ്ടിട്ടുണ്ടോ എന്ന്'. ഇതുകേട്ട് വളരെ ശാന്തനായി പരമഹംസർ മറുപടി പറഞ്ഞു. ഉണ്ട്, ഞാൻ നിന്നെ കാണുന്നതുപോലെ ഈശ്വരനെയും കാണുന്നു. കൂടുതൽ സ്ഫുടത്തോടു കൂടി ഈശ്വരനെ കാണാം, സാക്ഷാത്കരിക്കാം. ഈശ്വരദർശനത്തിനു വേണ്ടി നിഷ്കള ങ്കമായി കണ്ണുനീർ ചൊരിഞ്ഞാൽ ഈശ്വരനെ കാണാം. ഈ മറുപടി വിവേകാനന്ദ സ്വാമികളുടെ ഹൃദയത്തിൽ ചെന്ന് തറച്ചു. പിന്നെ അധികസമയം വേണ്ടിവന്നില്ല പരമഹംസരുടെ ശിഷ്യത്വം സ്വീകരിക്കാൻ. ക്രമേണ സന്യാസശിഷ്യന്മാരുടെ എണ്ണം നാൾക്കുനാൾ വർദ്ധിച്ചു. എല്ലാ മതങ്ങളും ഒരു വൃക്ഷത്തിന്റെ പല ശാഖകൾ ആണെന്ന് പ്രഖ്യാപിച്ചു കൊണ്ട് ജനങ്ങളെ യോജിപ്പിക്കുവാനുതകുന്ന ഒരു തത്ത്വശാസ്ത്രം ആണ് ശ്രീരാമകൃഷ്ണ പരമഹംസർ മുന്നോട്ട് വെച്ചത്. തൊണ്ടയ്ക്ക് ക്യാൻസർ ബാധിച്ചു 1886 ഓഗസ്റ്റ് 16ാം തിയ്യതി 50–ാം വയസ്സിൽ അദ്ദേഹം സമാധിയായി. ജനങ്ങളെ സഹായിച്ചു ഉദ്ധരിക്കുക എന്ന ഉദ്ദേശ്യത്തോട് കൂടി സ്വാമിവിവേകാനന്ദൻ ശ്രീരാമകൃഷ്ണമഠം സ്ഥാപിച്ചു. ഗുരുവിന്റെ നിരവധി ശിഷ്യന്മാരും സജീവമായി ജനസേവനം ആരംഭിച്ചു. കൂടാതെ അദ്ദേഹത്തിന്റെ സന്ദേശം നാടുനീളെ പ്രചരിപ്പിച്ചു. ഗുരുവിന്റെ മരണശേഷം ഏതാണ്ട് അഞ്ചുകൊല്ലത്തോളം ഭിക്ഷയിൽ നിന്നു ലഭിക്കുന്ന ഭക്ഷണം മാത്രം കഴിച്ചുകൊണ്ടാണ് സ്വാമിവിവേകാനന്ദൻ ഭാരതത്തിന്റെ നാനാഭാഗ ങ്ങളിലും ചുറ്റിസഞ്ചരിച്ചത്. ഭാരതത്തിന്റെ നാനാത്വത്തിൽ ഏകത്വം എത്ര മഹത്തരമാണെന്ന് മനസ്സിലാക്കാൻ ഈ യാത്ര സ്വാമിവിവേകാനന്ദനെ

സഹായിച്ചു. ജനങ്ങളുടെ ശക്തിയും ദൗർബല്യവും നേരിട്ട് കാണുവാൻ ഈ യാത്രയിൽ അദ്ദഹത്തിനു സാധിച്ചു. അക്കാലത്ത് സാധാരണ ജനങ്ങളിൽ ഭൂരിപക്ഷവും അജ്ഞതയിലും അന്ധവിശ്വാസ ത്തിലും ആഴ്ന്നിറങ്ങിയവരായിരുന്നു. അവരെ ആത്മവിശ്വാസം നൽകി ഉദ്ധരിക്കുക. അല്ലാത്തപക്ഷം നമ്മുടെ രാജ്യത്തിന്റെ ഭാവി ശോഭനമാകുക യില്ല എന്ന് അദ്ദേഹത്തിന് മനസ്സിലായി. ജനങ്ങളുടെ പട്ടിണിമാറ്റുക, അവരുടെ ദൗർബല്യങ്ങൾ തീർക്കുക, സ്വന്തംകാലിൽ നില്ക്കാൻ അവരെ പ്രാപ്തരാക്കുക. ഇതു ചെയ്യാത്ത മതങ്ങൾകൊണ്ട് എന്തു പ്രയോജനം എന്ന് അദ്ദേഹം ചോദിച്ചു. ഭാരതത്തിന് മതം അല്ല വേണ്ടത് മറിച്ചു പട്ടിണി മാറ്റാൻ ഭക്ഷണമാണ് വേണ്ടത്. പട്ടിണിക്കാരനെ മതം പഠിപ്പിക്കാൻ ഒരുങ്ങുന്നത് അവന് അപമാനമാണ്. ജനങ്ങൾക്കിടയിൽ പ്രചരിച്ച എല്ലാ അന്ധവിശ്വാസങ്ങളെയും തൊട്ടുകൂടായ്മയെയും തീണ്ടിക്കൂടായ്മയെയും ജാതിമേധാവിത്വത്തെയും സ്വാമിജി കഠിനമായി എതിർത്തു. ഇതിലൂടെ ജനങ്ങൾക്ക് ആത്മവിശ്വാസം നൽകാൻ അദ്ദേഹം ഇടതടവില്ലാതെ പരിശ്രമിച്ചു. ദുർബലനാകരുത് രക്ഷകനാകുക, ഭീരുവാകരുത് ധീരനാകുക -ഇതായിരുന്നു അദ്ദേഹത്തിന്റെ ആഹ്വാനം. ഭിക്ഷാംദേഹിയായി ചുറ്റിസഞ്ചരിക്കുന്നതിനിടയിലാണ് ഭൂരിപക്ഷക്കാരായ ജനങ്ങളുടെ ഭൗതികാഭിവൃദ്ധിക്കു തന്റെ മതവിശ്വാസങ്ങളിൽ ഉന്നതമായൊരു സ്ഥാനം നൽകണം എന്ന് അദ്ദേഹം തീരുമാനിച്ചത്. നമുക്ക് നമ്മളിൽ തന്നെയുള്ള വിശ്വാസവും ദേശീയമായൊരഭിമാനവും ഉണ്ടാക്കണം. പാവങ്ങൾക്ക് ഭക്ഷണം നൽകുവാനും അവരെ അഭ്യസ്തവിദ്യരാക്കുവാനും കഴിയണം. നമ്മുടെ ചുറ്റുമുള്ള കഷ്ടപ്പാടുകളെ ദൂരീകരിക്കുവാൻ ശക്തിതരുന്ന ഒരു മതമാണ് നമുക്കാവശ്യം. ദൈവത്തെ കാണണമെങ്കിൽ നമുക്ക് ചുറ്റുമുള്ള മനുഷ്യരെ സേവിക്കണം എന്നും വിവേകാനന്ദസ്വാമികൾ അഭിപ്രായപ്പെട്ടു. ദൈവത്തെ അന്വേഷിച്ചു കണ്ടുപിടിക്കാൻ നടന്ന സ്വാമിജി അവസാനം മനുഷ്യനിലാണ് ചെന്നെത്തിയത്. മനുഷ്യനിൽ ഈശ്വരനെ ദർശിക്കാം. പ്രപഞ്ചത്തിനപ്പുറത്ത് ഈശ്വരൻ ഇല്ല. പ്രപഞ്ചം തന്നെയാണ് ബ്രഹ്മം എന്ന് അദ്ദേഹം ഉറച്ചുവിശ്വസിക്കുകയും ഉദ്ഘോഷിക്കുകയും ചെയിതു. ഇതു തന്റെ ഗുരുവായ ശ്രീരാമകൃഷ്ണ പരമഹംസരിൽ കൂടിയാണ് സ്വാമി സ്വായത്തമാക്കിയത്.

കേരളത്തിലേക്കുള്ള യാത്ര

ബാംഗ്ലൂരിൽ വച്ച് ഡോക്ടർ പൽപ്പുവിനെ കണ്ടുമുട്ടിയതാണ് സ്വാമി കേരളത്തിലേക്ക് വരുവാനുണ്ടായ കാരണം. കേരളത്തിൽ അസമത്വവും ജാതീയ ഉച്ചനീചത്വവും അടിമത്വവും ജന്മിത്ത സവർണമേധാവിത്വവും കൊടികുത്തി വാണകാലം. ജാതീയ അനാചാരങ്ങൾ അതിന്റെ ഉച്ചസ്ഥായിയിൽ നിൽക്കുന്ന സമയം. കേരളത്തിന്റെ ഈ ദയനീയാവസ്ഥ ഡോ.പൽപ്പു സ്വാമിക്ക് വിശദീകരിച്ചു കൊടുത്തു. ഭാരതപര്യടനത്തിന് തിരിച്ച സ്വാമി 1892 നവംബർ 27 മുതൽ ഡിസംബർ 22 വരെയുള്ള 26 ദിവസം കേരളത്തിലുണ്ടായിരുന്നു. മൈസൂരിൽനിന്ന് 1892 നവംബർ 27ന് ഷൊർണ്ണൂർ റെയിൽവേസ്റ്റേഷനിൽ എത്തിയ അദ്ദേഹം അവിടെ ഒരു ആൽമരം നട്ടു. അദ്ദേഹത്തിന്റെ വരവിന്റെ ബാക്കിപത്രമായി ആ ആൽമരം ഇന്നും അവിടെത്തന്നെ നിലനിൽക്കുന്നു ഒരു സ്മാരകംപോലെ. മൈസൂർ രാജാവാണ് സ്വാമിജിക്ക് മൈസൂരിൽ നിന്നും കേരളത്തിലേക്കു പോവാനുള്ള ഒരുക്കങ്ങൾ നടത്തിയത്. ബാംഗ്ലൂരിൽ നിന്ന് തീവണ്ടിമാർഗം ഷൊർണ്ണൂരിൽ എത്തിയ സ്വാമി കേരളത്തിന്റെ പല പ്രദേശങ്ങളും സന്ദർശിച്ചു. അങ്ങനെ സ്വാമിയുടെ കാൽപ്പാടുകൾ വീണ നമ്മുടെ മലയാളഭൂമി പാവനമായി തീർന്നു. തിരുവനന്തപുരം, ആലപ്പുഴ, എറണാകുളം, പാലക്കാട്, തൃശ്ശൂർ, കൊടുങ്ങല്ലൂർ തുടങ്ങിയ ഇടങ്ങൾ അദ്ദേഹം സന്ദർശിച്ചു. ഷൊർണ്ണൂരിൽ നിന്ന് കാളവണ്ടി മാർഗമാണ് കൊച്ചിക്കു പോയത്. അവിടെവച്ചാണ് സ്വാമിജി ആദ്യമായി ചട്ടമ്പിസ്വാമി തിരുവടികളെ കാണുന്നത്. ചട്ടമ്പിസ്വാമികൾ എന്ന ഒരു മനുഷ്യനെ മാത്രമേ വിജ്ഞാനമുള്ളവനായി എനിക്ക് കേരളത്തിൽ കാണാൻ കഴിഞ്ഞുള്ളൂ എന്ന് സ്വാമിവിവേകാനന്ദൻ തുറന്നു സമ്മതിച്ചു. കൊച്ചിയിൽ നിന്ന് ബോട്ട്മാർഗമാണ് സ്വാമിജി തിരുവനന്തപുരത്തേക്കു പോയത്. ആ സമയം തിരുവിതാംകൂർ ഭരിച്ചിരുന്നത് ശ്രീമൂലം തിരുനാൾ മഹാരാജാവ് തിരുമനസ്സായിരുന്നു. അവിടുന്നദ്ദേഹം കന്യാകുമാരിയിലേക്കാണ് പോയത്. ജാതിയിൽ ജാതിയും പ്രഭുജനതയുടെ 'ബഹുമാനീയാ ഞാനാരേയും തൃണവൽ' എന്ന സാമൂഹികാചാരങ്ങളും കൊണ്ട് മുരടിച്ചുപോയ

അയിത്തചക്രവർത്തിമാർ സ്വാമികളുടെ മന്ത്രധ്വനി കേട്ട് ഇടിമുഴക്കം കേട്ട മൂർഖൻകുഞ്ഞുങ്ങളെപ്പോലെ ഞെട്ടിപ്പോയി. തിരുവിതാംകൂർ, കൊച്ചി, മലബാർ ഭാഗങ്ങളിലെ ജാതിവ്യത്യാസത്തെയും ഈഴവർ മുതൽ താഴോട്ടുള്ളവർ ഹിന്ദുക്കളിൽനിന്നും നേരിട്ടിരുന്ന നിരന്തര മർദ്ദനങ്ങളെയും അപമാനഭാരത്തെയും മറ്റും പറ്റി ഡോക്ടർ പൽപ്പു വിവേകാനന്ദ സ്വാമികളെ ധരിപ്പിച്ചു. കേരളത്തിന്റെ ഈ അവസ്ഥ കണ്ടിട്ടാണ് കേരളം ഒരു ഭ്രാന്താലയം എന്ന് സ്വാമി പറഞ്ഞത്. സ്വാമി പറഞ്ഞതിന്റെ സാരാംശം ഇതാണ്: "നിങ്ങൾ ഇവിടുന്നു തന്നെ ഒരു സ്വാമിയെ കണ്ടെത്തി അദ്ദേഹത്തിന്റെ നേതൃത്വത്തിൽ ജാതിക്ക് എതിരായി താണവർഗക്കാരെ സംഘടിപ്പിച്ച് അവരെ സാമൂഹികമായി ഉയർത്തണം. പിന്നാലെ അയിത്തത്തിനെതിരായി പ്രക്ഷോഭം കൂട്ടണം. അല്ലാതെ അവരെ ആരുംവന്നു ഉയർത്താനും പോകുന്നില്ല." അങ്ങനെ ഡോ. പൽപ്പു തിരുവിതാംകൂറിൽ വന്നു ശ്രീനാരായണഗുരുവിനെക്കൊണ്ട് അരുവിപ്പുറത്തു ക്ഷേത്രയോഗം ഉണ്ടാക്കി. കൂടാതെ നാരായണഗുരുവിന്റെ നേതൃത്വത്തിൽ കേരളത്തിൽ ജാതിവിരുദ്ധ അയിത്തോച്ചാടന പ്രക്ഷോഭങ്ങളും മറ്റും നടത്തി. അവരെ ടി.കെ. മാധവന്റെ നേതൃത്വത്തിൽ ക്ഷേത്രപ്രവേശനപ്രക്ഷോഭം, നിവർത്തനപ്രക്ഷോഭം തുടങ്ങിയവ നടന്നത് അതിന്റെ തുടർച്ചയായിരുന്നു. സ്വാമിജിയുടെ നിർദ്ദേശപ്രകാരം കേരളത്തിൽ മാത്രമല്ല ഭാരതത്തിന്റെ പല ഭാഗങ്ങളിലും ഇതുപോലുള്ള സമരപരിപാടികൾ നടന്നു.

കന്യാകുമാരിയിലെ വിവേകാനന്ദപാറ

ജീവിതവിജയത്തിലൂടെ ലോകസമാധാനം

സ്വാമിവിവേകാന്ദന്റെ ജീവിതശൈലി നമുക്ക് ജീവിത വിജയത്തിലേക്ക് ആത്മവിശ്വാസത്തോടെ മുന്നേറുവാനുള്ള പ്രചോദന മാണ്. ഭാര്യ ഭർത്താവിനെയും, ഭർത്താവ് ഭാര്യയെയും മക്കളെയും മാതാപിതാക്കളെയും ദൈവത്തെപോലെ കരുതി സ്നേഹിക്കുന്നുവെങ്കിൽ അത് തന്നെയാണ് ജീവിതത്തിൽ ചെയ്യാൻ പറ്റുന്ന ഏറ്റവും മഹത്തായ കാര്യമെന്ന് സ്വാമി പറയുകയുണ്ടായി.

ഭൂമിയിലുള്ള സകല ചരാചരങ്ങളെയും സ്നേഹിക്കുവാൻ കഴിഞ്ഞാൽ അത് തന്നെയാണ് ജീവിതവിജയത്തിനുള്ള വഴി. സ്ത്രീ എന്നോ പുരുഷനെന്നോ, പണ്ഡിതനെന്നോ പാമരനെന്നോ, പണക്കാരനെന്നോ പാവപ്പെട്ടവനെന്നോ ഇല്ലാതെ എല്ലാത്തിനെയും ഒന്നായി കാണുക. സഹിഷ്ണുതയെക്കുറിച്ചു നമ്മൾ വാതോരാതെ സംസാരിക്കാറുണ്ട്. എല്ലാവർക്കും എപ്പോൾ വേണമെങ്കിലും ഉപദേശം കൊടുക്കാൻ ഒരാൾക്ക് കഴിഞ്ഞേക്കാം. പക്ഷെ സഹിഷ്ണുതയുടെ കാര്യത്തിൽ സ്വന്തം കാര്യം വരുമ്പോൾ അയാൾ പിറകോട്ടു പോകും. എല്ലാവരോടും സഹിഷ്ണുതയോട് കൂടി ജീവിക്കുക. അത് നിങ്ങളെ വിജയത്തിലേക്ക് മാത്രമേ കൊണ്ടുചെന്നെത്തിക്കുകയുള്ളൂ. മനുഷ്യർ എ പ്പോഴും പലവിധ ദുരിതങ്ങൾ അനുഭവിച്ചു ഭയപ്പെട്ടു തിരക്കിട്ട ജീവിതം നയിക്കുകയാണ്. ജോലിത്തിരക്കുകൾ, വ്യക്തിജീവിതത്തിലെ പ്രശ്നങ്ങൾ, സ്വാർത്ഥത, സാമ്പത്തിക രാഷ്ട്രീയപ്രശ്നങ്ങൾ എന്നിവയാവും പലരെയും അലട്ടുന്നത്. ജീവിതത്തിലൊരിക്കലും ഭയപ്പെടാതെ ഇരിക്കുക. സ്നേഹമാവട്ടെ നിങ്ങളുടെ വിജയമന്ത്രം. ഒരു ക്രിസ്തുമതവിശ്വാസിക്ക് ഒരു ഹിന്ദുവാകാനോ മുസൽമാനാവാനോ പറ്റില്ല. തിരിച്ചും അങ്ങനെ തന്നെ. എന്നാൽ എല്ലാ മതങ്ങളുടെയും അന്തഃസത്ത ഒന്നുതന്നെയാണ്. അതിനാൽ ഏതുമതത്തിൽ വിശ്വസിക്കുന്നവരും അവരുടെ വിശ്വാസത്തെ മുറുകെ

പിടിച്ചുകൊണ്ടുതന്നെ സ്വന്തം ജീവിതശൈലിയുമായി മുന്നോട്ടുപോകുക. ദൈവവും സത്യവും ആണ് എന്റെ കാഴ്ചപ്പാടിലെ ഏറ്റവും വലിയ രാഷ്ട്രീയം. അല്ലാത്ത ഒരു രാഷ്ട്രീയത്തിലും ഞാൻ വിശ്വസിക്കുന്നില്ല. ലോകം എന്നും നന്മയുള്ളതാകാൻ ദൈവത്തെയും സത്യത്തെയും മുറുകെ പിടിച്ചുകൊണ്ടു മുൻപോട്ടു പോകുക.

സ്വാമിയിലൂടെ ഒരു യാത്ര

വേദാന്ത തത്ത്വശാസ്ത്രത്തിന്റെ ആധുനികകാലത്തെ ഏറ്റവും ശക്തനായവക്താവും ഇന്ത്യയിലെമ്പാടും സ്വാധീനമറിയിച്ച ആത്മീയ ഗുരുവും ശ്രീരാമകൃഷ്ണ പരമഹംസന്റെ പ്രധാനശിഷ്യനും രാമകൃഷ്ണ മഠം, രാമകൃഷ്ണമിഷൻ എന്നിവയുടെ സ്ഥാപകനുമായ സന്യാസിയാകുന്നു സ്വാമിവിവേകാനന്ദൻ. അരവിന്ദഘോഷും രവീന്ദ്രനാഥടാഗോറും രാഷ്ട്രപിതാവായ മഹാത്മാഗാന്ധിയും സ്മരിക്കുകയും സ്വീകരിക്കുകയും അനുകരിക്കാൻ ഉപദേശിക്കുകയും ചെയ്ത ആചാര്യനായിരുന്നു സ്വാമിവിവേകാനന്ദൻ. ശ്രീശങ്കരാചാര്യർക്കുശേഷം ഭാരതഭൂമിയെ പുണ്യഭൂമിയായും അഖണ്ഡഭാരതമായും ദർശിച്ചിട്ടുള്ള ഏറ്റവും വലിയ യോഗിയായിരുന്നു സ്വാമിജി. ഹൈന്ദവസംസ്ക്കാരത്തിൽ ഉറച്ചുനിന്നു കൊണ്ട് മാനുഷിക സംസ്ക്കാരത്തെ മാനിച്ച സന്യാസിയായിരുന്നിട്ടും ഗൃഹസ്ഥാശ്രമത്തെ പ്രശംസിച്ചും ത്യാഗിവര്യനായിട്ടും വിരാഗിയായി വർത്തിച്ചിട്ടും അദ്ദേഹം ലോകവ്യാപാരത്തെ നിന്ദിച്ചില്ല. അഹിംസയെയും പരസ്പരാദരത്തെയും പ്രശംസിച്ചിട്ടും പ്രയത്നവിമുഖനായില്ല. ദൗർബല്യത്തെ പ്രാപിച്ചില്ല. ഇന്ത്യയുടെ യുവത്വത്തെ തൊട്ടുണർത്താൻ വിവേകാനന്ദസ്വാമിയുടെ പ്രബോധനങ്ങൾ സഹായകമായിട്ടുണ്ടെന്നാണ് പൊതുവേ വിലയിരുത്തപ്പെടുന്നത്. ആശയസമ്പുഷ്ടമായ പ്രസംഗങ്ങൾ ക്കൊണ്ടും ഭയരഹിതമായ പ്രബോധനങ്ങൾകൊണ്ടും ഇന്ത്യയിലെമ്പാടും അനുയായികളെ സൃഷ്ടിച്ചെടുക്കാൻ ഇദ്ദേഹത്തിനു സാധിച്ചു.

ഉത്തിഷ്ഠതാ ജാഗ്രതാ എഴുന്നേല്ക്കൂ, പ്രവർത്തിക്കൂ, ലക്ഷ്യംനേടും വരെ യത്നിക്കൂ. ഭാരതം സ്വാമിവിവേകാനന്ദന്റെ ഈ സിംഹഗർജനം കേട്ടാണ് നൂറ്റാണ്ടുകൾ നീണ്ട അടിമത്തത്തിന്റെ ആലസ്യത്തിൽ നിന്നും ഉണർന്നത്. വിധവയുടെ കണ്ണുനീര് തുടയ്ക്കാനും അനാഥന് ആഹാരം കൊടുക്കാനും കഴിയാത്ത മതത്തിലും ഈശ്വരനിലും എനിക്ക്

വിശ്വാസമില്ല. വേദങ്ങളും ഖുറാനും ബൈബിളും സമഞ്ജസമായി സമന്വയിച്ചിരിക്കുന്ന ഒരു ലോകമാണ് ഞാൻ വിഭാവനം ചെയ്യുന്നത്. വിദ്യാഭ്യാസത്തിലൂടെ മനുഷ്യനിലെ പൂർണ്ണതയെ വെളിപ്പെടുത്തുകയാണ് ചെയ്യുന്നത്. മതമാകട്ടെ മനുഷ്യനിലെ ദൈവികതയെ വെളിപ്പെടുത്തു കയാണ്. ധനവും പദവിയും അധികാരവുമല്ല ആവശ്യം, ഹൃദയശുദ്ധി യാണ്.

ഹിമാലയത്തിൽ കയറിനിന്ന് അദ്ദേഹം ഭാരതവീക്ഷണം നടത്തുക യും കന്യാകുമാരിയിലെ സാഗരപ്പാറയിൽ ഇരുന്നു ഭാരതഐക്യത്തെ കാണുകയും ചെയ്തു. ശക്തിസമ്പാദനത്തിനായി ആഹ്വാനം ചെയ്തു. സ്വാമിജി ഗാന്ധിജിക്കു തന്നെ മാർഗനിർദേശിയായിരുന്നു. യുവതലമുറയ്ക്ക് വേണ്ടത് ഇരുമ്പിന്റെ മാംസപേശികളും ഉരുക്കിന്റെ ഞരമ്പുകളുമാണ്. ഇച്ഛാശക്തിയുള്ള യുവതലമുറയാണ് നമുക്കാവശ്യമെന്നായിരുന്നു സ്വാമിജി കരുതിയത്- അദ്ദേഹം പറയുന്നു.

അടിമയെപ്പോലെയല്ല ജോലിചെയ്യേണ്ടത്, യജമാനനെപ്പോലെ യാണ്. സത്യമാണ് വലുത് -ചെന്നെത്തുന്നതെവിടെയെങ്കിലുമാകട്ടെ, സത്യത്തെ തന്നെ പിന്തുടരുക. ഭീരുത്വവും കാപട്യവും ദൂരെക്കളയുക.

സ്വാമിജി യുവജനങ്ങളോടായി

വിവേകാനന്ദസ്വാമികളുടെ വാക്കുകളിൽ യുവാക്കൾ എന്നും ആകൃഷ്ടരായിരുന്നു. അദ്ദേഹം യുക്തിയുടെയും ബുദ്ധിയുടെയും ഭാഷയിൽ ആയിരുന്നു സംസാരിച്ചുകൊണ്ടിരുന്നത്. അദ്ദേഹത്തിന്റെ വാക്കുകൾ ആത്മാർത്ഥതയുള്ളതും ഹൃദയസ്പർശിയും ആയിരുന്നു. അത് തീർച്ചയായും മറ്റുള്ളവർക്ക് ശക്തിയും പ്രേരണയും നൽകിയിരുന്നു. അത് നിഷ്കാമമായ കർമ്മം ചെയ്യുവാൻ മറ്റുള്ളവർക്ക് പ്രചോദനം നൽകി. ജീവിതലക്ഷ്യം സാക്ഷാൽക്കരിക്കാൻ ശ്രമിക്കുന്നവരെല്ലാം ഒരർത്ഥത്തിൽ യോദ്ധാക്കൾ ആണ്. ലക്ഷ്യത്തിൽ പൂർണ്ണമായും ശ്രദ്ധ കേന്ദ്രീകരിച്ച് മുന്നേറുവാനുള്ള മാനസികഗുണങ്ങളും വേണം. സ്വാർത്ഥതയെ തടഞ്ഞു ഹൃദയത്തിൽ നന്മ പ്രകാശിപ്പിക്കണം. ചെയ്യുന്ന കർമ്മങ്ങളുടെ ലക്ഷ്യം സമൂഹത്തിന്റെ സർവ്വതോൻമുഖമായ വളർച്ചയ്ക്കും എല്ലാവരുടെയും ക്ഷേമത്തിനും വേണ്ടി ആയിരിക്കണം. വിവേകബുദ്ധിയുള്ളവർക്കേ ഈ തിരിച്ചറിവ് ഉണ്ടാകുകയുള്ളൂ. നിർഭാഗ്യവശാൽ നമ്മുടെ ഇന്നത്തെ തലമുറയ്ക്ക് ഇല്ലാത്തതും വിവേകബുദ്ധിയാണ്. വിവരശേഖരണം കൊണ്ട് മാത്രം വിവേകബുദ്ധി ഉണ്ടാകുകയില്ല. അതിന് ബുദ്ധിയും മനസ്സും അതിലുപരിയായി അടിയുറച്ച വിശ്വാസവും വേണം. ഞാൻ എന്ന അഹന്ത വെടിയണം. തലകുനിയണം. അപ്പോൾ വിശ്വശക്തി നമ്മളിൽ ഒഴുകിയെത്തും. നമ്മളിലെ ഈശ്വരചൈതന്യത്തെ അറിയുവാനും ആദരിക്കുവാനും യുവതലമുറയെ പഠിപ്പിക്കണം. നമ്മുടെ വിദ്യാഭ്യാസവിഷയത്തിൽ അതിനു പ്രാധാന്യം നൽകണം. സഹജീവികളോട് നമുക്കുള്ള കടപ്പാടും പ്രതിബദ്ധതയും വേണം. സമൂഹത്തോട് നമുക്കുള്ള ഉത്തരവാദിത്തത്തെ കുറിച്ച് യുവജനങ്ങളെ ബോധവാന്മാരാക്കണം. നാം നമ്മുടെ കുറ്റങ്ങളും കുറവുകളും പരിമിതികളും അറിയുകയും അതിനെ അതിജീവിക്കാൻ ശ്രമിക്കുകയും വേണം. അതിലൂടെ നമ്മൾ ഓരോരുത്തരും വിജയം

കൈവരിക്കും. ആദ്ധ്യാത്മികതയാണ് ഭാരതസംസ്കാരത്തിന്റെ കാതൽ. ആ സംസ്കാരം വേണ്ടവിധത്തിൽ ഉൾക്കൊണ്ടാൽ നമ്മുടെ വ്യക്തിപരമായും സാമൂഹികപരമായും ഉള്ള എല്ലാ പ്രശ്നങ്ങൾക്കും പരിഹാരമാകും. അതുകൊണ്ടാണ് സ്വാമിവിവേകാന്ദനൻ നമ്മുടെ യുവാക്കൾക്ക് ഭാരതസംസ്കാരത്തോടു അഗാധമായ ഹൃദയബന്ധം ഉണ്ടാകണം എന്ന് പറയുന്നത്. നന്മ എവിടെ കണ്ടാലും അത് സ്വീകരിക്കുവാനും തിന്മ എവിടെ കണ്ടാലും എതിർക്കുവാനും ഉള്ള ധീരത ഉണ്ടാകണം. ഈ ഗുണങ്ങൾ ഉണ്ടായതുകൊണ്ടാണ് ഭാരതസംസ്കാര ത്തിൽ അഭിമാനം കൊള്ളുവാനും ഒപ്പം പാശ്ചാത്യരുടെ സ്വതന്ത്രചിന്തകളും കർമ്മവീര്യങ്ങളും ഉൾക്കൊള്ളുവാനും സ്വാമിക്ക് കഴിഞ്ഞത്. സ്വാമികളുടെ പ്രധാനപ്പെട്ട സന്ദേശങ്ങളിൽ ഒന്നായിരുന്നു ഉത്തിഷ്ഠത ജാഗ്രത. പ്രസിദ്ധമായ കഠോപനിഷത് സന്ദേശം. ഉത്തിഷ്ഠതാ ജാഗ്രത പ്രാപ്യവരാ നിബോധത. ഉണരൂ, എഴുന്നേൽക്കൂ! ലക്ഷ്യം നേടുന്നതുവരെ പിന്മാറരുത് എന്ന് അദ്ദേഹം ലോകത്തിനു മുൻപിൽ പ്രഖ്യാപിച്ചു. നൂറ്റാണ്ടുകളായി ദാരിദ്ര്യത്തിലും രാഷ്ട്രീയ അടിമത്തത്തിലും സാമൂഹിക ഉച്ചനീചത്വത്തിലും ആണ്ടുകിടന്ന ഭാരതത്തെ ആധുനിക വികസിതരാഷ്ട്രങ്ങളോടൊപ്പം അടിവച്ചു മുന്നേറുവാനുള്ള യത്നങ്ങളാണ് സ്വാമി വിഭാവനം ചെയ്തത്. എല്ലാ ജന്മങ്ങൾക്കും ഓരോ ലക്ഷ്യം ഉണ്ട്. ജന്മജന്മാന്തരങ്ങളായി എല്ലാ ജീവജാലങ്ങളും അറിഞ്ഞോ അറിയാതെയോ ആ ലക്ഷ്യത്തിലേക്ക്

അടുത്തുകൊണ്ടിരിക്കുന്നു എന്നെല്ലാം നമ്മുടെ മഹദ്ഗ്രന്ഥങ്ങൾ പറയുന്നു. പക്ഷെ, കേവലം ഭൗതികസുഖങ്ങൾക്കുവേണ്ടി ലക്ഷ്യബോധവും ഊർജ്ജസ്വലതയും നശിപ്പിച്ച് ആലസ്യത്തിൽ ആറാടിക്കൊണ്ടിരുന്ന യുവതലമുറയിലാണ് വിവേകാനന്ദസ്വാമികളുടെ പ്രബോധനങ്ങൾ കുളിർമഴയായി പെയ്തിറങ്ങിയത്. ഒരു മനുഷ്യന് തന്റെ ചെറുപ്രായത്തിൽ തന്നെ സ്വധർമ്മം തിരിച്ചറിയാനായാൽ പിന്നീട് പ്രകൃതിയും സാഹചര്യങ്ങളും ലക്ഷ്യം കൈവരിക്കാൻ അയാളെ സഹായിക്കും എന്ന് വിവേകാനന്ദസ്വാമികളുടെ ധന്യജീവിതം നമുക്ക് കാണിച്ചുതരുന്നു. ഇച്ഛാശക്തിയാണ് സർവ്വേശ്വരനിൽ നിന്നും മനുഷ്യന് ലഭിച്ച ഏറ്റവും വലിയ വരദാനം എന്ന് അദ്ദേഹം വിശ്വസിച്ചു. ശാസ്ത്രങ്ങളിലെ സത്യങ്ങളെ ഭാരതത്തിനകത്തും പുറത്തും പ്രചരിപ്പിക്കാൻ ആഹ്വാനം ചെയ്തു. ദൈവം എന്ന സങ്കൽപ്പത്തെ സിദ്ധാന്തവൽക്കരിച്ചതുകൊണ്ട് ഫലമില്ല. സ്നേഹംകൊണ്ടും സേവനംകൊണ്ടും അതിനെ സ്വജീവിതത്തിൽ പ്രതിഫലിപ്പിക്കുകയാണ് വേണ്ടത് എന്ന് അദ്ദേഹം അഭിപ്രായപ്പെട്ടു. ലക്ഷക്കണക്കിനാളുകളെ, ആധ്യാത്മിക ചിന്തകളിയിലേക്ക് വഴിതെളിയിച്ച, ഒരു ദിവ്യ അവതാരമായി ഇന്നും നമ്മുടെ മനസ്സിൽ ജീവിക്കുന്ന ഒരു അദ്ഭുതപ്രതിഭാസമാണ് സ്വാമിവിവേകാനന്ദൻ. അടിമത്വത്തിന്റെ ചങ്ങല പൊട്ടിച്ചെറിയുവാനും യുവാക്കളെ സ്വാതന്ത്ര്യത്തിലേക്ക് കുതിപ്പിക്കാനും അവജ്ഞയോടെ അവഗണിക്കപ്പെട്ടു കിടന്ന ആർഷസംസ്കൃതിക്കു ജനമനസ്സിൽ ഒരു ഇടംനേടി കൊടുക്കുവാനും ഈ യുഗപുരുഷന്റെ വാക്കുകൾക്ക് കഴിഞ്ഞു. വിദേശാധിപത്യത്തിന്റെ കരാളഹസ്തത്തിലമർന്ന് ആത്മവീര്യവും നഷ്ടപ്പെട്ട ഭാരതീയർക്ക് സ്വാമിജിയുടെ വാക്കുകളിലൂടെ പുത്തൻ ഉണർവും ഉന്മേഷവും ഉണ്ടായി. നഷ്ടപ്പെട്ട സ്വാഭിമാനവും ആത്മവീര്യവും വീണ്ടെടുക്കാനും സാധിച്ചു. ഭഗവദ്ഗീതയിൽ ഭഗവാൻ നൽകിയ ഒരു വാഗ്ദാനത്തെ ഓർമ്മിപ്പിക്കുന്നതാണ് സ്വാമിജിയുടെ താരോദയം. എപ്പോഴെല്ലാം ധർമ്മം ക്ഷയിക്കുകയും അധർമ്മം മേൽക്കൈ നേടുകയും ചെയ്യുന്നുവോ അപ്പോഴെല്ലാം ഭഗവൻ സ്വയം അവതരിച്ചു അധർമ്മം അവസാനിപ്പിച്ച് ധർമ്മം പുനസ്ഥാപിക്കും എന്നാണ് വാഗ്ദാനം. അത്തരം ഒരു അപൂർവ്വ സാക്ഷാത്കാരമാണ് സ്വാമിജിയുടെ കർമ്മങ്ങൾ. ഒരോ ഭാരതീയനും തന്റെ ജീവിതം ചിട്ടപ്പെടുത്തുന്നത് എങ്ങനെ എന്ന് സ്വാമിജി വളരെ വ്യക്തമായി നിർവചിച്ചിട്ടുണ്ട്. നമ്മുടെ ആർഷസംസ്കൃതിയുടെ ആഴവും പരപ്പും മഹത്വവും കണ്ടെത്തി അതിൽ വേരൂന്നിയുള്ള ജീവിതമാണ് യുവാക്കൾക്കായി സ്വാമിജി നിർദ്ദേശിച്ചത്. അതിലൂടെ മാത്രമേ ജീവിതസാഫല്യമുണ്ടാകുകയുള്ളൂ എന്ന് സ്വാമിജി സ്ഥാപിച്ചു.

'ആത്മനോമോക്ഷായജഗദ്ഹിതായച' എന്ന ജീവിതദർശനം ഉയർത്തിപ്പിടിച്ചു ത്യാഗവും സേവനവും ജീവിതവ്രതമാക്കി സ്വയം വെളിച്ചം കണ്ടെത്തി അത് മറ്റുള്ളവരുമായി പങ്കുവച്ചു. സ്നേഹത്തിന്റെയും സേവനത്തിന്റെയും പാതയിൽ സ്വരാജ്യത്തിനുവേണ്ടി ജീവിതം സമർപ്പിക്കാനുള്ള സ്വാമിയുടെ ആഹ്വാനത്തിനു കാലദേശാതിവർത്തിയായ പ്രസക്തിയും പ്രാധാന്യവും ഉണ്ട്. സ്വന്തം ദേശത്തിന്റെ സംസ്കൃതിയെ പ്പറ്റി അവബോധം നേടാൻ സഹായിക്കാത്ത വിദ്യാഭ്യാസം വെറും തരംതാണ വിദ്യാഭ്യാസം ആകും. അത് വരുത്തിവയ്ക്കുന്ന വിന വളരെ വലുതാണ്. ഇന്ന് നാം കാണുന്ന സാമൂഹിക ദുരവസ്ഥയ്ക്കു കാരണവും അതു തന്നെയാണ്. നമ്മുടെ സംസ്കൃതിക്കു മുൻകൈ നൽകിക്കൊണ്ടുള്ള വിദ്യാഭ്യാസമായിരുന്നു സ്വാമിജിയുടേത്. പാശ്ചാത്യസംസ്കാരത്തിന്റെ ഊറ്റംകൊണ്ട് അഹങ്കരിച്ച് സ്വന്തം വേരുകളെ പുച്ഛത്തോടെ തള്ളിക്കളഞ്ഞ അഭ്യസ്ഥവിദ്യരുടെ ഇടയിൽ സ്വാമിജിയുടെ പ്രവർത്തനം വളരെ വലിയ മാറ്റങ്ങൾ സൃഷ്ടിച്ചു. ഭഗവദ്ഗീതയെ ജനമദ്ധ്യത്തിലേക്കു കൊണ്ടുവന്ന് അഭ്യസ്തവിദ്യരുടെ ഭാഷയിലും ശൈലിയിലും അതിനെ പുനർവ്യാഖ്യാനങ്ങൾ നൽകി അതിൽ അന്തർലീനമായിരിക്കുന്ന ജീവിതസ്പർശിയും ജീവിതഗന്ധിയുമായ പ്രായോഗികതത്ത്വങ്ങളെ സ്വാമികൾ സാധാരണക്കാർക്ക് സംഗ്രഹിക്കാൻ പറ്റുന്ന രീതിയിൽ വിവർത്തനം ചെയ്തു. ജീവിതത്തിന്റെ ആദ്ധ്യാത്മിക ഹൃദയത്തെ ഗാഢമായി സ്പർശിക്കുകയും ആ സ്പർശനശക്തിയാൽ ഭാരതത്തെ മാത്രമല്ല ലോകത്തെയാകമാനം ചിന്തിപ്പിക്കുകയും ചലിപ്പിക്കുകയും ചെയ്ത മഹാമുനിശ്രേഷ്ഠൻമാരിൽ ഒരാളായിരുന്നു സ്വാമിവിവേകാനന്ദൻ. ആധ്യാത്മികതയുടെ സ്ഥാനം ജീവിതത്തിനൊപ്പമാണെന്നും ആധ്യാത്മികതയുടെ ശക്തമായ അടിത്തറയിലാണ് ജീവിതം നിലകൊള്ളേണ്ടതെന്നും സ്വാമിജി നമുക്ക് പറഞ്ഞു തന്നു. ഭാരതത്തിന്റെ ആത്മീയപാരമ്പര്യത്തെയും സംസ്കാരത്തെയും ലോകസമക്ഷം അവതരിപ്പിക്കുന്നതിലും ജനകീയമാക്കുന്നതിലും സ്വാമിജി വഹിച്ച പങ്ക് വളരെ വലുതാണ്. ഭൗതിക വിഷയങ്ങൾ കൊണ്ട് ജീവിതത്തിന്റെ അകവും പുറവും നിറയ്ക്കാൻ പരിശ്രമിക്കുന്ന മനുഷ്യർക്കിടയിൽ സ്നേഹത്തിന്റെയും സാഹോദര്യത്തിന്റെയും വിശ്വാസത്തിന്റെയും സ്വാതന്ത്ര്യത്തിന്റെയും പരിമളം പരത്തുന്ന ഒരു ആനന്ദസാഗരമായി വിവേകാനന്ദന്റെ ജീവിതം പരിണമിച്ചു. മനസ്സും ഇന്ദ്രിയങ്ങളും ചേർന്നുള്ള ഭൗതികാനുഭവങ്ങളാണ് ജീവിതം. വാസനാസങ്കല്പങ്ങൾ ജീവിതത്തെ മായാബന്ധനമാക്കുന്നു. ഈ മായികതയിൽ നിന്നാണ് സുഖദുഃഖങ്ങളും വൈകാരികാനുഭവ

ങ്ങളും ഒക്കെ ഉണ്ടാകുന്നത്. ഈ പ്രചോദനം സത്യത്തിൽനിന്നും സ്വധർമ്മത്തിൽ നിന്നും വ്യതിചലിക്കാൻ കാരണമായിത്തീരും. ഒരേസമയം തന്നെ ഋഷിയായും ശാസ്ത്രജ്ഞനായും ഒരു നവോത്ഥാനപ്രസ്ഥാനത്തിന്റെ നായകനായും സ്വാമിജി മാറാറുണ്ട്. അതുകാരണം വിശ്വാസികൾക്കും അവിശ്വാസികൾക്കും ഭൗതികവാദികൾക്കും ദ്വൈതികൾ ക്കും അദ്വൈതികൾക്കും എല്ലാംതന്നെ സ്വാമികളുടെ തത്ത്വചിന്താ പ്രവാഹത്തിൽ അവരവരുടെ നിലയിൽ ഭദ്രമായൊരിടം കണ്ടെത്തുവാൻ കഴിഞ്ഞു. ഏതുതലത്തിൽ നിൽക്കുന്നവരെയും തന്റേതായ വീക്ഷണ

വലയത്തിനുള്ളിലേക്ക് ആകർഷിക്കുവാൻ സ്വാമിജിക്ക് കഴിഞ്ഞു. പ്രകാശത്തേക്കാൾ വേഗതയുള്ളതും എന്തിനെയും പിളർക്കുവാൻ ശേഷിയുള്ളതുമായ വാക്കുകളുടെ മഹാപ്രളയമായിരുന്നു സ്വാമികളുടെ അധരങ്ങളിൽനിന്ന് ഒരു സുഗന്ധംപോലെ പ്രവഹിച്ചത്. അത് പുതുപുത്തൻ ചിന്തകൾക്കും ആശയങ്ങൾക്കും നവോത്ഥാനങ്ങൾക്കും വേഗതയും ശക്തിയും പകരുന്നതായിരുന്നു. ഭാരതം ഋഷീശ്വരന്മാരുടെ നാടാണ്. ഋഷീശ്വരന്മാർ ത്യാഗികളാണ്. ആ ത്യാഗത്തിന്റെ മഹാസമുദ്രമാണ് ഭാരതത്തെ ലോകത്തിന്റെ നെറുകയിൽ ഉയർത്തി നിർത്തുന്നത്. ആ ത്യാഗത്തിന്റെ പാതയിൽനിന്ന് ഒരു ഭാരതീയൻ പോലും പിടിവിട്ടു പോകരുത് എന്നാണ് സ്വാമികളുടെ അഭിലാഷം. ആദ്ധ്യാത്മികജ്ഞാനം എന്തെന്നും എന്തിനെന്നുമുള്ള അജ്ഞത നിലനിൽക്കുന്നിടത്തോളം കാലം ലോകത്ത് എത്രതന്നെ ഭൗതികശാസ്ത്രത്തിന്റെ മുന്നേറ്റമുണ്ടായാലും അതുകൊണ്ടുള്ള പ്രയോജനം വളരെ തുച്ഛവും അപൂർണ്ണവും ആയിരിക്കും. ഈ തിരിച്ചറിവാണ് സ്വാമികൾ ലോകജനതയ്ക്ക് സ്വജീവിതം കൊണ്ട് കാട്ടിക്കൊടുത്തത്. ലോകത്തിലെ എല്ലാ രാഷ്ട്രങ്ങൾക്കും അതിന്റേതായ ശ്രേഷ്ഠതയും മഹത്വവും ഉണ്ട്. ആ മഹത്വങ്ങൾ അതാത് രാഷ്ട്രങ്ങളുടെ തനത് വ്യക്തിത്വങ്ങളായി വികസിക്കുന്നു. ഭാരതത്തിന്റെ തനത് വ്യക്തിത്വം ധാർമ്മികതയാണ്. ജീവിതത്തിന്റെ സമസ്ത മേഖലകളെയും കൂട്ടിയോജിപ്പിക്കുന്ന സമഗ്ര ശാസ്ത്രത്തിന്റെ പിന്മുറക്കാരാണ് നമ്മൾ. അതിനാലാണ് നാം ലോകത്തിന്റെ ഗുരുവായിരുന്നത്. നമ്മുടെ ശാസ്ത്രസമ്പത്തിനെ ആദ്ധ്യാത്മികമായും ഭൗതികമായും തരംതിരിക്കാൻ സാധ്യമല്ല. സമഗ്രമായ ശാസ്ത്രത്തിന്റെ ഉടമയാണ് നാം. ഈശ്വരതത്ത്വത്തെ സസൂഷ്മം അപഗ്രഥിച്ച ചാർവാകനും നമുക്ക് മഹർഷിയാണ്. കാമശാസ്ത്രം ഉപദേശിച്ച വാത്സ്യായനും മഹർഷിയാണ്. ശാസ്ത്രമന്ത്രങ്ങളുടെ അനന്തപരമ്പരകളെ തന്നെ നമുക്കായി തന്ന മഹർഷിപരമ്പരകളിൽ നിന്നു തന്നെയാണ് അത്യത്ഭുത ആയുധങ്ങൾ നിർമ്മിക്കാനുള്ള ധനുർവിദ്യയും ഉപദേശിക്കപ്പെട്ടത്. ആയുർവേദവും ധനതത്ത്വശാസ്ത്രവും ഉണ്ടായത്. ശില്പങ്ങളും, കാവ്യങ്ങളും, ശാസ്ത്രങ്ങളും, സാഹിത്യങ്ങളും ഇവിടെ വികസിച്ചു. പക്ഷെ കാലക്രമേണ നാം അലസന്മാരായി ഭവിച്ചു. അതുകാരണം അടിസ്ഥാനപരമായി നമുക്കുണ്ടാകേണ്ട മാനുഷിക കരുത്ത് കുറഞ്ഞു കുറഞ്ഞു വന്നു. അങ്ങനെ അറിവിന്റെ ആഴവും കുറഞ്ഞു. അനാചാരങ്ങളും അബദ്ധശാസ്ത്രങ്ങളും കൂടിക്കൂടിവന്നു. ഇതു സമൂഹത്തെ വല്ലാതെ ഗ്രസിച്ചു. ഇതിന്റെ ഫലമായി അടിമത്തത്തിന്റെ ആഴത്തിലേക്ക് നമ്മുടെ നാട് അധഃപതിച്ചു. അടിമത്തം ദൈവദത്തം

എന്നഭിപ്രായപ്പെട്ടു. മേലാളന്മാർ മാറിമാറി വന്നു. ബ്രിട്ടീഷ് അധിനിവേശം കൂടുതൽ സങ്കീർണതയിലേക്കു കാര്യങ്ങൾ എത്തിച്ചു. നമ്മുടെ നാടിനെ എക്കാലത്തേക്കും അടിമ ആക്കിനിർത്തുവാനുള്ള പദ്ധതികളും പ്രവർത്തനങ്ങളും ആരംഭിച്ചു. വേദങ്ങളെ സമൂഹത്തിൽ തെറ്റിദ്ധരിപ്പിച്ചു മാത്രമേ അവർക്കു ഭാരതത്തിൽ നിലനിൽപ്പ് ഉണ്ടാകുകയുള്ളൂ എന്ന് മനസ്സിലായി. വേദങ്ങളെ ദുർവ്യാഖ്യാനം ചെയ്തു അത് നമ്മുടെ വിദ്യാഭ്യാസ പദ്ധതിയിൽ ഉൾപ്പെടുത്തി. കൂടാതെ ഇംഗ്ലീഷ് വിദ്യാഭ്യാസം ഇവിടെ നടപ്പിലാക്കി. പ്രത്യക്ഷത്തിൽ ഭാരതീയനും ആശയങ്ങളിൽ അഭാരതീയനും ആയിത്തീരുവാനുള്ള ഒരു തലമുറയെ സൃഷ്ടിക്കുവാനും ഈ വിദ്യാഭ്യാസപദ്ധതിയിൽ കൂടി അവർക്കു സാധിച്ചു. ഈ പദ്ധതി ആദ്യം നടപ്പാക്കിയത് 1836 ൽ ഹുഗ്ലി പ്രവിശ്യയിൽ ആയിരുന്നു. അതേവർഷം ശ്രീരാമകൃഷ്ണ പരമഹംസർ ഹുഗ്ലിയിൽ തന്നെ ഭൂജാതനായി. തികച്ചും സാന്ദർഭികമായിരുന്നില്ല ആ ജനനം. ഇത് നിയതിയുടെ നിയോഗമായിരുന്നു. ഇംഗ്ലീഷ് വിദ്യാഭ്യാസം നേടിയ പലരും പിന്നീട് ശ്രീരാമകൃഷ്ണദേവന്റെ ശിഷ്യന്മാരായി തീർന്നു. അവരിൽ അഗ്രഗണ്യൻ ആയിരുന്നു സ്വാമി വിവേകാനന്ദൻ. ഭാരതത്തെ ലോകത്തിന്റെ ഗുരുപദവിയിലേക്കു വീണ്ടും

എത്തിച്ചത് സ്വാമിവിവേകാനന്ദനിലൂടെ ആയിരുന്നു. വിജ്ഞാനത്തിന്റെ സമസ്തമേഖലകളിലും ഭാരതം നേടിയ മികവ് ലോകം ആദരപൂർവം അംഗീകരിച്ചു കഴിഞ്ഞു. വൈദ്യശാസ്ത്രത്തിലും ഗണിതശാസ്ത്രത്തിലും മറ്റ് ഏതുമേഖലകളിലും ഭാരതത്തിന്റെ ഋഷിശ്വരന്മാർ സമ്പാദിച്ച അറിവിനെ ലോകം ഇന്നും അംഗീകരിക്കുന്നു. നമ്മുടെ ആചാര്യന്മാർ ലോകത്തിനു വലിയ പരിവർത്തനങ്ങൾ ഉണ്ടാക്കി. ഭാരതീയജ്ഞാന പാരമ്പര്യത്തിന്റെ മഹത്വം. ലോകം ഭാരതത്തിന്റെ കാൽകീഴിൽനിന്നാണ് പഠിക്കേണ്ടത് എന്ന ആ സന്ദേശം ആർ ജ്ജവത്തോടെ ലോകത്തിന്റെ മുൻപിൽ അവതരിപ്പിച്ചത് സ്വാമി വിവേകാനന്ദൻ ആയിരുന്നു. ആ പരിശ്രമം ആരംഭിച്ചത് ചിക്കാഗോയിൽ നടത്തിയ ആ ഐതിഹാസിക പ്രസംഗത്തോടെയാണ്. മതത്തിൽ നിന്ന് ഭിന്നമായി ധർമ്മം എന്ന ഒന്നിൽ കാതോർക്കണം എന്ന ചിന്ത അവിടെ കൂടിയിരുന്ന ജനസഹസ്രങ്ങൾക്ക് ഉണ്ടായി. അപ്പോഴാണ് ധർമ്മത്തിന്റെ സന്ദേശം സ്പഷ്ടമായി ആ സമ്മേളനത്തിൽ ഉയർന്നുവന്നത്. ഭാരതത്തിന്റെ സന്ദേശം കേൾക്കുന്നതിൽ കൂടി മാത്രമേ സങ്കുചിതവാദങ്ങൾ ഒഴുക്കിയ രക്തപ്പുഴകൾ ഇല്ലാതാക്കാൻ കഴിയൂ. മാതാന്ധകാരത്തിന്റെ കാഹളങ്ങൾ ഇല്ലാതാക്കാൻ കഴിയൂ. ആ സമ്മേളനത്തിൽ ഉയർന്നുകേട്ട ആരംഭമണി മതഭീകരതയുടെ മരണമണി ആകട്ടെ എന്ന് പറഞ്ഞുകൊണ്ട് ആ ലക്ഷ്യം ഏതു മാർഗത്തിൽ കൂടി നേടിയാലും അത് ലോകത്തിന്റെ നിലനിൽപ്പിന് ഉതകുന്നതാകും എന്ന് ഓർമിപ്പിച്ചുകൊണ്ടാണ് സ്വാമിജി തന്റെ ചിക്കാഗോപ്രസംഗം അവസാനിപ്പിച്ചത്. രാഷ്ട്രത്തിന്റെ സ്വത്വത്തെക്കുറിച്ച് ചിന്തിക്കുന്ന ദൃഢചിത്തരും ഊർജ്ജസ്വലരും ഉഷ്ണരക്തം ഉള്ളവരുമായ ഒരു തലമുറയെയാണ് സ്വാമിജി സ്വപ്നം കണ്ടത്. ദുരിതപന്ഥാവിൽ ദുഃഖിച്ചിരിക്കുന്നവരെയല്ല ഇന്നാവശ്യം. മറിച്ചു ആത്മാഭിമാനത്തോടെ ഭാരതത്തിന്റെ യശസ്സുയർത്താൻ പ്രയത്നിക്കുന്നവരെയാണ് എന്ന് സ്വാമിജി അഭിപ്രായപ്പെട്ടു. സ്വാമിവിവേകാനന്ദൻ ഭാരതത്തിന്റെ അന്തഃശക്തിയെ ഒരു ബാഹ്യോപാധിയായി സ്വീകരിച്ചു. ഭാരതത്തിന്റെ ഉണർവിനായി പരിശ്രമിച്ചു. സ്വാമിജി ശ്രീരാമകൃഷ്ണപരമഹംസരുടെ ആത്മിയനന്ദനൻ ആയിരുന്നു. വിദേശങ്ങളിൽ അദ്ദേഹം വേദാന്തങ്ങളെ കുറിച്ചും ഭാരതത്തിൽ അദ്ദേഹം പ്രയത്നങ്ങളെകുറിച്ചും ഉദ്ഘോഷിച്ചു. അദ്ദേഹത്തിന്റെ പൊതുസേവനം മുഴുവൻ ശക്തിയോടും ധീരതയോടും കൂടി നിർവഹിച്ച ഒരു തീരായുദ്ധം ആയിരുന്നു. ഹിന്ദുക്കളുടെ അടുക്കളസംസ്ക്കാരത്തെ പരസ്യമായി ആക്ഷേപിച്ചു. വർണ്ണഭേദത്തെയും ജാതിവ്യത്യാസത്തെയും ശക്തിയായി എതിർത്തു. ദുരഭിമാനത്തെയും

ദുരാചാരത്തെയും കഠിനമായി എതിർത്തു. പാശ്ചാത്യ പരിഷ്കാര ഭ്രമത്തെയും വിദേശിയ അനുകരണത്തെയും കർക്കശമായി ശകാരിച്ചു, ഹിന്ദുമതത്തെ സ്വകാര്യസ്വത്തായും ജാതിസമ്പാദ്യമായും മാത്രമായി കരുതിപോരുന്നവരെ നിർദ്ദയം നിരൂപണം ചെയ്തു. വേദാന്ത മതതത്ത്വങ്ങളുടെ അർത്ഥത്തെയും അമൂല്യതയെയും സ്വാമിജി പൊതുജന സമക്ഷം പ്രചരിപ്പിച്ചു.

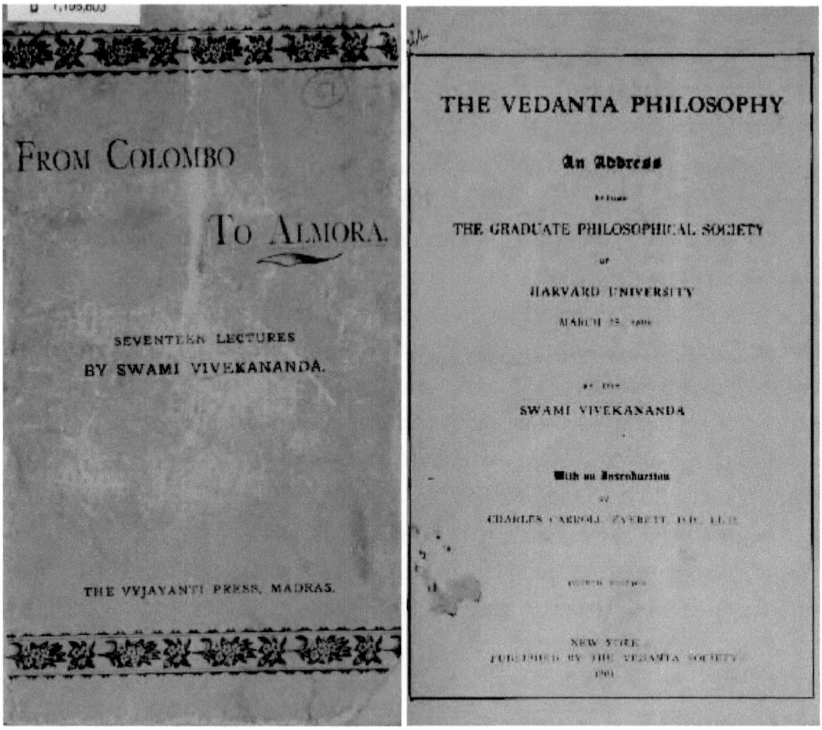

FROM COLOMBO

TO ALMORA.

SEVENTEEN LECTURES
BY SWAMI VIVEKANANDA.

THE VYJAYANTI PRESS, MADRAS.

THE VEDANTA PHILOSOPHY

An Address

THE GRADUATE PHILOSOPHICAL SOCIETY

OF

HARVARD UNIVERSITY

SWAMI VIVEKANANDA

With an Introduction

NEW YORK

സ്വാമി വിവേകാനന്ദൻ രചിച്ച പുസ്തകങ്ങൾ

വിദ്യാഭ്യാസകാലം

വീട്ടിൽ ഇരുന്നു തന്നെയാണ് നരേന്ദ്രൻ പ്രാഥമിക പാഠങ്ങൾ പഠിച്ചു തുടങ്ങിയത്. ഒരദ്ധ്യാപകൻ വീട്ടിൽ വന്ന് പഠിപ്പിക്കുമായിരുന്നു. അസാധാരണമായിരുന്നു നരേന്ദ്രന്റെ ഓർമശക്തി. പാഠങ്ങൾ അദ്ധ്യാപകൻ ഒരു പ്രാവശ്യം വായിക്കുമ്പോൾ തന്നെ നരേന്ദ്രൻ അത് ഹൃദിസ്ഥമാക്കിയിരുന്നു. അങ്ങനെ എഴുത്തും വായനയും വളരെ വേഗം പഠിച്ചു. ഏഴാം വയസ്സിൽ മെട്രോപൊളിറ്റൻ സ്കൂളിൽ ചേർത്തു പഠിപ്പിക്കുവാൻ തുടങ്ങി. അതീവ ബുദ്ധിശാലി ആയിരുന്നതിനാൽ നരേന്ദ്രൻ ആയിരുന്നു കുട്ടികൾക്കിടയിലെ നേതാവ്. കളിയിലും നരേന്ദ്രൻ സമർത്ഥനായിരുന്നു. ഓട്ടവും ചാട്ടവും ഗുസ്തിയും ഗോട്ടികളികളും ഒക്കെ ആയിരുന്നു അന്നത്തെ പ്രധാന വിനോദങ്ങൾ. ചിലപ്പോഴൊക്കെ നരേന്ദ്രൻ സ്വന്തം ക്ലാസ്സ്മുറി തന്നെ കളിക്കളം ആക്കിയിരുന്നു. മിക്കപ്പോഴും കൂട്ടുകാർക്ക് കഥകൾ പറഞ്ഞുകൊടുക്കാറുണ്ടായിരുന്നു. ചിലപ്പോൾ അദ്ധ്യാപകർ പഠിപ്പിച്ചുകൊണ്ട് നിൽക്കുമ്പോൾ പോലും നരേന്ദ്രൻ ക്ലാസ്സിൽ കൂട്ടുകാരുമായി വർത്തമാനം പറഞ്ഞുകൊണ്ടിരിക്കും. അങ്ങനെ ഒരു ദിവസം ഒരദ്ധ്യാപകൻ പഠിപ്പിക്കുന്നതിനിടയിൽ നരേന്ദ്രൻ മറ്റ് കുട്ടികളുമായി സംസാരിക്കുന്നതു കണ്ട് കൈയോടെ പിടികൂടി. അദ്ധ്യാപകൻ നരേന്ദ്രനോട് ഇപ്പോൾ പഠിപ്പിച്ച പാഠങ്ങൾ ചൊല്ലുവാൻ ആവശ്യപ്പെട്ടു. നരേന്ദ്രൻ വളരെ കൃത്യമായിട്ട് അദ്ധ്യാപകൻ ചോദിച്ച ഓരോ ചോദ്യങ്ങൾക്കും ഉത്തരം പറഞ്ഞു. ഉടൻ അദ്ധ്യാപകൻ ചോദിച്ചു. അപ്പോൾ ആരാണ് ഇവിടെ വർത്തമാനം പറഞ്ഞത്? എല്ലാ കുട്ടികളും നരേന്ദ്രനിലേക്കു വിരൽചൂണ്ടി.

അദ്ധ്യാപകന് അത് വിശ്വസിക്കാൻ സാധിച്ചില്ല. അപ്പോൾ അദ്ധ്യാപകൻ പറഞ്ഞു നരേന്ദ്രനൊഴിച്ച് ബാക്കി എല്ലാപേരും എഴുന്നേറ്റ് നിൽക്കുക. ഒരാളുപോലും ഇരിക്കാൻ പാടില്ല. പക്ഷെ നരേന്ദ്രൻ ഇരുന്നില്ല.

അദ്ദേഹം അദ്ധ്യാപകനോട് പറഞ്ഞു യഥാർത്ഥത്തിൽ ഞാനാണ് സംസാരിച്ചത്. എനിക്കാണ് ശിക്ഷ നൽകേണ്ടത്. നരേന്ദ്രന് പലപ്പോഴും ഒരേസമയം തന്നെ പല കാര്യങ്ങൾ ചെയ്യുവാനുള്ള അസാധാരണമായ കഴിവുണ്ടായിരുന്നു. കാലം കഴിയും തോറും വായനയിൽ താൽപ്പര്യം കൂടി. അതുകാരണം കളികളിൽ താരതമ്യേന താൽപ്പര്യം കുറഞ്ഞു. അവൻ സ്കൂളിൽ വളരെ നന്നായി പഠിക്കുന്നു. പക്ഷെ അച്ഛനോടൊപ്പം കൽക്കത്തയിൽ താമസിച്ച രണ്ടുവർഷക്കാലം സ്കൂൾ വിദ്യാഭ്യാസം നരേന്ദ്രന് നിർത്തേണ്ടി വന്നു. പക്ഷെ തിരിച്ചു വന്നപ്പോൾ നഷ്ടപ്പെട്ട രണ്ടു വർഷത്തേതുൾപ്പടെ മൂന്നുവർഷത്തെ പഠനം ഒരുമിച്ചു നടത്തേണ്ടിവന്നു. നരേന്ദ്രൻ വളരെ കഠിനമായി പരിശ്രമിച്ചു പ്രവേശനപ്പരീക്ഷ ഒന്നാംക്ലാസ്സിൽ തന്നെ പാസായി. സ്കൂളിൽ ആ വർഷം നരേന്ദ്രൻ ഒഴിച്ച് മറ്റാരും ഇത്രയും ഉയർന്ന മാർക്കോടുകൂടി പരീക്ഷ ജയിച്ചിട്ടുണ്ടായിരുന്നില്ല. 1879-ൽ നരൻ ഹൈസ്കൂൾ പരീക്ഷ ഒന്നാം ക്ലാസ്സിൽ ജയിച്ച് പ്രസിഡൻസി കോളേജിൽ ഉപരിപഠനത്തിനു ചേർന്നു. അതിനുശേഷം ജനറൽ അസംബ്ലീസ് ഇൻസ്റ്റിറ്റ്യൂഷനിൽ ചേർന്ന് പാശ്ചാത്യ തത്ത്വശാസ്ത്രവും ലോകചരിത്രവും പഠിച്ചു. ഇതുകൂടാതെ വായ്പാട്ടും ഹിന്ദി, ഉർദു, പേർഷ്യൻ സംഗീതവും ഉപകരണസംഗീതവും വശമാക്കി. അങ്ങനെ നാലഞ്ച് വർഷക്കാലം നരേന്ദ്രൻ സംഗീതത്തിൽത്തന്നെ മുഴുകി. പല സംഗീതോപകരണങ്ങളും സമർത്ഥമായി വായിച്ചു. സംഗീതത്തിലുണ്ടായിരുന്ന വൈഭവത്താൽ പല സൽക്കാരപരിപാടികളിലും സദസ്സുകളിലും നരേന്ദ്രനെ ആളുകൾ ക്ഷണിക്കുമായിരുന്നു. എന്നാൽ പ്രസംഗങ്ങളോടും ചർച്ചകളോടുമായിരുന്നു നരേന്ദ്രനു കൂടുതൽ ഇഷ്ടം. സഹപാഠികളോടും ചിലപ്പോൾ മുതിർന്നവരോടുപോലും ഗൗരവമുള്ള വിഷയങ്ങളെക്കുറിച്ചു നരേന്ദ്രൻ തർക്കിക്കുമായിരുന്നു. നരേന്ദ്രനെ തർക്കിച്ചു തോല്പിക്കുവാൻ അധികം പേർ ഉണ്ടായിരുന്നില്ല. ക്രമേണ മതപരമായ വിഷയങ്ങളിലേക്കു നരേന്ദ്രന്റെ ശ്രദ്ധ തിരിഞ്ഞു. മറ്റു യുവാക്കൾ ചെയ്യുന്നതുപോലെ നരേന്ദ്രൻ ബ്രഹ്മസമാജ് എന്ന പ്രസ്ഥാനത്തിൽ അംഗം ആയി. കേശവ് ചന്ദ്രസെന്നിന്റെ പ്രഭാഷണമാണ് നരേന്ദ്രനെ അതിലേക്ക് ആകർഷിച്ചത്. ഒടുവിൽ അവൻ സമാജത്തിന്റെ സ്ഥിരം ഗായകനായി. ഈശ്വരൻ എന്നൊന്നുണ്ടോ, ഈശ്വരനെ ആരെങ്കിലും കണ്ടിട്ടുണ്ടോ, എങ്ങനെയാണ് കാണാൻ പറ്റുന്നത് ഇതൊക്കെ ആയിരുന്നു നരേന്ദ്രനെ എപ്പോഴും അലട്ടിക്കൊണ്ടിരുന്ന ചോദ്യങ്ങൾ. അതിനുത്തരം കിട്ടാൻ നരേന്ദ്രൻ പല മതനേതാക്കന്മാരെയും സമീപിച്ചു. ആർക്കും നരേന്ദ്രനെ തൃപ്തിപ്പെടുത്തുവാൻ തക്ക ഉത്തരം നല്കാൻ സാധിച്ചില്ല എന്നതാണ് സത്യം.

ധീരന്മാർക്കുള്ളതാണ് ലോകം

ഈ ലോകം ഭീരുക്കൾക്കുള്ളതല്ല ഓടിയൊളിക്കാൻ നോക്കണ്ട. വിജയത്തിന്റെയും പരാജയത്തിന്റെയും കഥ മറക്കൂ.

ശരിയായ സംവാദം എന്ന് പറയുന്നത് ആ വിഷയം ശരിയായ രീതിയിൽ മറ്റുള്ളവർക്ക് മനസ്സിലാക്കികൊടുക്കലാണ്. അത് മുതിർന്നവരുടെ ഉത്തരവാദിത്തമാണ്. മറ്റുള്ളവരുടെ ബുദ്ധിയുടെയും മനസ്സിന്റെയും തലം മനസ്സിലാക്കി അവരെ പൂർണ്ണമായും അറിഞ്ഞുവേണം സംവാദം നടത്താൻ എന്ന് വിവേകാനന്ദസ്വാമികൾ പറയാറുണ്ട്.

അവനവനെ വിശ്വസിക്കുക- രാഷ്ട്രങ്ങളുടെ ചരിത്രം നോക്കിയാൽ നിങ്ങൾക്കൊരു വസ്തുത കാണാം. അവനവനിൽ വിശ്വസിക്കുന്ന വ്യക്തികൾക്കു മാത്രമെ ശക്തിയും മഹത്വവും ലഭിച്ചിട്ടുള്ളൂ എന്ന്.

ഭാരതത്തിലെ പൂർവികന്മാരായ ഋഷിമാർ അതിപ്രയത്നം ചെയ്തു ആത്മജ്ഞാനം സമ്പാദിക്കുകയും ശരണാഗതരായി അവരെ സമീപിച്ച അപൂർവ്വം ചില ശിഷ്യന്മാർക്കു ആത്മജ്ഞാനം വളരെ സൂക്ഷിച്ചു പകർന്നുകൊടുക്കുകയും ചെയ്തതല്ലാതെ ലോകസേവനത്തിനായി ഇറങ്ങി സഞ്ചരിച്ചു ജ്ഞാനപ്രചാരണമോ സാമൂഹികസേവനമോ ചെയ്യുവാൻ മുതിർന്നിരുന്നില്ല. അതുകൊണ്ട് ആധുനികാർത്ഥത്തിലും അനുഭവത്തിലും ഉള്ള ജനസേവനപദ്ധതികൾ മുൻപൊന്നും ഹിന്ദുമതത്തിലെ ഘടകങ്ങൾ ആയിരുന്നില്ല. അത് വലിയൊരു ന്യൂനതയും പോരായ്മയും പരാജയവും ആയിത്തീർന്നു. അതുകൊണ്ട് മാറ്റംവരുത്തിയില്ല എങ്കിൽ സനാതനവും സാത്വികവും ആയ ഹിന്ദുധർമ്മം തന്നെ വിസ്മരിക്കപ്പെട്ടു പോയേക്കാവുന്ന ഒരു അവസ്ഥയിൽ നിന്ന് ദീർഘദർശിയും ചിന്തകനുമായ സ്വാമിവിവേകാനന്ദൻ, ലോകത്തിനു മുൻപിൽ കീർത്തികരിക്കപ്പെട്ട ശ്രീരാമകൃഷ്ണമിഷനിലൂടെ ഭാരതസംസ്കാരത്തെ ലോകത്തിനു പ്രദാനം ചെയ്തു. പ്രഭുത്വത്തിന്റെ കടമ സ്വന്തം ശവക്കുഴി തോണ്ടുകയാണ്. എത്ര

താമസിക്കുന്നുവോ അത്രയും അസഹനീയമായിരിക്കും അതിന്റെ അന്ത്യം. നിർദ്ധനത്വം അപമാനമല്ലെന്നും ഭിക്ഷുവിന്റെ വേഷം ആരാധ്യമാണെന്നും കരുതുന്ന മറ്റൊരു രാജ്യം ഇല്ല. മറ്റുള്ളവരുടെ ക്ഷേമത്തിനുവേണ്ടി പ്രവൃത്തിക്കുന്നതാണ് ബ്രാഹ്മണ്യം. അതു ചെയ്യുന്നിടത്തോളം കാലം അവർ ബ്രാഹ്മണൻ ആയിരിക്കും. അതിനുപകരം പണത്തിനു പിന്നാലെ പോകുന്നവൻ ബ്രാഹ്മണൻ അല്ല. നമ്മുടെ സംസ്കാര ഭണ്ഡാരത്തിന്റെ താക്കോൽസൂക്ഷിപ്പുകാരനാണു ബ്രാഹ്മണൻ. ആ ഭണ്ഡാരം തുറന്നു അതിലെ അമൂല്യസമ്പത്ത് സകലർക്കുമായി അവൻ വീതംവച്ചു കൊടുക്കണം. അവരതു ചെയ്യാതിരുന്നതിനാലാണ് വിദേശ ആധിപത്യം ഇവിടെ സ്ഥാപിതമായത്. നാം പൂജിക്കേണ്ടത് നമ്മുടെ ചുറ്റും ഉള്ളവരെയാണ്. അസൂയയും വിദ്വേഷവും പ്രദർശിപ്പിക്കുന്നതിനു പകരം വിദ്യയും ധനവും സകലർക്കുമായി വീതിച്ചു നൽകണം.

ദേശീയമോചന പ്രബോധനമാണ് സ്വാമി വിവേകാനന്ദന്റെ ആത്മീയപ്രഭാഷണങ്ങൾ വഴി ഭാരതീയർക്ക് നൽകിയത്. അയിത്ത അജ്ഞതയും ദാരിദ്ര്യവും മാറാതെ ഭാരതത്തിന് മോചനം ഇല്ല എന്ന് ആദ്യം വിളിച്ചു പറഞ്ഞത് സ്വാമിവിവേകാനന്ദൻ ആയിരുന്നു. ഇതുകൊണ്ടാണ് ഭാരതത്തെ അറിയണമെങ്കിൽ ആദ്യം സ്വാമിവിവേകാനന്ദ നെ അറിയണം എന്ന് മഹാകവി ടാഗോർ പറഞ്ഞത്. അടിമ ഭാരതത്തെ ദേശീയമാനത്തിന്റെ സിംഹഗർജ്ജനംകൊണ്ട് തട്ടിയുണർത്തിയ ധീരനേതാവായിരുന്നു സ്വാമിവിവേകാനന്ദൻ. രാഷ്ട്രീയ സ്വാതന്ത്ര്യത്തിനു വേണ്ടി അടർക്കളത്തിലേക്ക് കുതിച്ചുചാടാനുള്ള അടങ്ങാത്ത ആവേശം സ്വാമിജി കോടിക്കണക്കിനു ജനങ്ങളുടെ സിരാമണ്ഡലങ്ങളിൽ കുത്തിവച്ചു. കലകളുടെയും സാഹിത്യത്തിന്റെയും മണ്ഡലങ്ങളിൽ ആ ധീരകാഹളം പുതുചൈതന്യം പ്രസരിപ്പിച്ചു. സാമൂഹ്യവും സാംസ്കാരികവും ആദ്ധ്യാത്മികവും ആയ മണ്ഡലങ്ങളിൽ അദ്ദേഹത്തിന്റെ ഉഗ്രപ്രഭാഷണ ങ്ങൾ ഉത്തേജനം നൽകി. രാഷ്ട്രീയ മണ്ഡലങ്ങളിലാകട്ടെ ആലസ്യത്തിന്റെ യും അവശതയുടെയും പുതപ്പുകൾ മാറ്റി അടിമജനങ്ങൾ സ്വാതന്ത്ര്യ ത്തിന്റെ അന്തർഭാഗവുമായി കത്തിക്കാളുന്ന ആവേശത്തോടെ രണശൗര്യം പ്രകടമാക്കി. ഭാരതീയ ജീവിതത്തിന്റെ സർവതുറകളിലും നവജീവിത ത്തിന്റെ വിത്ത് പാകിയത് സ്വാമിവിവേകാനന്ദൻ ആയിരുന്നു. ജാതിയു ടെയും വർഗത്തിന്റെയും ഭേദചിന്തകളിൽ നിന്ന് ജനതയെ സാവധാന ത്തിലുണർത്തി അവരെ ദേശാഭിമാനികളും സ്വാതന്ത്ര്യാഭിലാഷി കളും ആക്കിത്തീർത്തു. വിവേകാനന്ദസ്വാമികളുടെ ഗ്രന്ഥംപഠിക്കാൻ സാധിച്ചതുമൂലും തനിക്കു ഭാരതത്തെ കൂടുതൽ മനസ്സിലാക്കാനും

സ്നേഹിക്കുവാനും സാധിച്ചതായി നമ്മുടെ രാഷ്ട്രപിതാവായ മഹാത്മാഗാന്ധിപോലും സമ്മതിച്ചിട്ടുണ്ട്. ജാതിവ്യവസ്ഥയ്ക്കും തൊട്ടുകൂടായ്മയ്ക്കും എതിരായ വിവേകാനന്ദസ്വാമികളുടെ കാഴ്ചപ്പാടുകളാണ് ഗാന്ധിജിയുടെ അയിത്തോച്ചാടന - ഹരിജനോദ്ധാരണ പ്രസ്ഥാനത്തിന്റെ അടിസ്ഥാനശക്തി. ഗാന്ധിജിയുടെ ദരിദ്രനാരായണ എന്ന ശൈലി വിവേകാനന്ദനിൽ നിന്നും സ്വീകരിച്ചതാണ്. നമ്മുടെ വളർച്ചയ്ക്ക് വേണ്ട ഒന്നാമത്തെ വ്യവസ്ഥ സ്വാതന്ത്ര്യം ആണ്. മനുഷ്യന് ചിന്തിക്കുവാനും സംസാരിക്കുവാനും ഉള്ള സ്വാതന്ത്ര്യം പോലെ ഭക്ഷിക്കുന്നതിനും വസ്ത്രധാരണത്തിനും വിവാഹത്തിനുമുള്ള സ്വാതന്ത്ര്യം വേണം. രാഷ്ട്രീയസ്വാതന്ത്ര്യം മാത്രമല്ല സാമ്പത്തികവും, സാമൂഹികവും, സാംസ്കാരികപരവുമായ സ്വാതന്ത്ര്യം നമുക്ക് വേണം. മനുഷ്യാത്മാവിനെ ഞെരുക്കുന്ന സർവ്വസന്ധിബന്ധങ്ങളെയും അറുത്തെറിയുവാൻ സ്വാമിജി ആഹ്വാനം ചെയ്തു. രാഷ്ട്രീയാടിമത്തം ഒരു ജനതയെ വീർപ്പുമുട്ടിച്ചു മൃത്യുവോളം എത്തിച്ച സന്ദർഭത്തിൽ, സ്വാമിജിയിലൂടെ പുറപ്പെട്ട സ്വാതന്ത്ര്യത്തിന്റെ ധീരനാദം സടകുടഞ്ഞെഴുന്നേൽക്കാൻ ഭാരതത്തിനു കരുത്തു നൽകി. ആ സ്വാതന്ത്ര്യം മതത്തിന്റെയും ആത്മാവിന്റെയും കേന്ദ്രബിന്ദുക്കളിൽ കാലുറപ്പിച്ചുകൊണ്ടു സ്വയം നാമത്തിനു അർഹരാകണം എന്നും സ്വാമിജി നിഷ്കർഷിച്ചു. സ്വാതന്ത്ര്യത്തിന്റെ അഭാവം മരണമാണ് എന്നും ഓർമിപ്പിക്കുവാനും സ്വാതന്ത്ര്യം തന്നെ ജീവിതം എന്ന് പഠിപ്പിക്കുവാനും പാരതന്ത്ര്യം മൃതിയേക്കാൾ ഭയാനകമാണ് എന്ന് മനസ്സിലാക്കാനും അദ്ദേഹം എപ്പോഴും ശ്രദ്ധിച്ചു പോന്നു. അതുപോലെ നമുക്ക് വേണ്ടത് വീര്യമാണ്. സ്വാതന്ത്ര്യം പ്രേമമാണ്, സ്വാശ്രയ പ്രവണതയാണ്, അചഞ്ചലമായ അസഹിഷ്ണുതയാണ്, കർമ്മകുശലതയാണ്. സ്വാതന്ത്ര്യമെന്നാശയത്തിനു സങ്കുചിതമോ വിഭാഗീയമോ ആയ അർഥവും വ്യാഖ്യാനങ്ങളും നല്കുകയെന്നത് വിവേകാനന്ദസ്വാമികൾക്ക് ഇഷ്ടമല്ല. സമഗ്രമായൊരു ഭാവമാണിത്. വേദാന്തപരമായ കാഴ്ചപ്പാടിലൂടെ ആത്മാവിന്റെ മുക്തിയോളമെത്തുന്നതാണ് ഈ സ്വാതന്ത്ര്യം എന്ന് സ്വാമിജി വ്യക്തമാക്കി. വേദാന്തത്തിന്റെയും മതത്തിന്റെയും ആദ്ധ്യാത്മികതയുടെയും ഭാഷയിൽ സ്വാതന്ത്ര്യത്തെക്കുറിച്ചു ഉദ്ബോധിപ്പിച്ചത് രണ്ടു കാരണങ്ങൾ കൊണ്ടാണ്. ആ ഭാഷ മാത്രമേ ഭാരതീയ ജനതയുടെ കാതുകൾ കടന്നു ഹൃദയത്തിലും ആത്മാവിലും ചലനങ്ങൾ സൃഷ്ടിക്കൂ എന്ന് അദ്ദേഹത്തിന് അറിയാമായിരുന്നു. ഭാരതം ഈശ്വരതുല്യമാണ് എന്ന് ധരിക്കാൻ സ്വാമിജി നിർദ്ദേശിച്ചത് അദ്ദേഹത്തിന്റെ സ്വരാജ്യാഭിമാനത്തിനുള്ള ദൃഷ്ടാന്തമാണ്.

ഈ ഭൂമണ്ഡലത്തിൽ അനുഗൃഹീതമായ ഒരു പുണ്യഭൂമി എന്നൊന്നുണ്ടെങ്കിൽ, ഈശ്വരാഭിമുഖം യാത്ര തുടരുന്ന ഓരോ ആത്മാവിനും തന്റെ അന്ത്യമായ വിശ്രമസ്ഥാനം നേടുവാൻ വന്നെത്തേണ്ട ഒരു രാജ്യം ഉണ്ടെങ്കിൽ, മനുഷ്യരാശിക്ക് സൗമ്യത, ഔദാര്യം, പരിശുദ്ധി, ശാന്തി എന്നിവയിലേക്ക് ഏറ്റവും അടുത്തെത്താൻ കഴിയുന്ന ഒരു രാജ്യം ഉണ്ടെങ്കിൽ അത് ഭാരതമാണ്. ഭാരതഭൂമിയുടെ മഹത്വങ്ങളെയും വീരാപദാനങ്ങളേയും പ്രകീർത്തിക്കുമ്പോൾ ആ മഹാഭാവനക്കു അലംഭാവം ഉണ്ടാകാറില്ല. വിവേകാനന്ദസ്വാമികൾ ഒരിക്കലും കണ്ണുനീരിന്റെ ഭാഷ സംസാരിച്ചിട്ടില്ല. അദ്ദേഹം ശക്തിയുടെ ഒരു ഉരുക്കുകോട്ടയായിരുന്നു, നിർഭയനായിരുന്നു. ഇനി ഇപ്പോൾ ഭാരതത്തിനു വേണ്ടുന്നത് വിലാപമല്ല അല്പം ബലമാണ്. ഇരുമ്പിന്റെ മാംസപേശിക്ക് ഉരുക്കിന്റെ സിരാതന്തുക്കളാണ് നമുക്ക് വേണ്ടത് എന്ന് സ്വാമിജി അഭിപ്രായപ്പെട്ടു. വിവേകാനന്ദസ്വാമികളുടെ സദസ്സ് ഭാരതത്തിൽ മാത്രമായിരുന്നില്ല. അദ്ദേഹത്തിന്റെ ശ്രോതാക്കൾ ലോകമെമ്പാടും ഉള്ളവരായിരുന്നു. അദ്ദേഹത്തിന്റെ സന്ദേശം അഭാരതീയർക്കു കൂടി വേണ്ടിയുള്ളതായിരുന്നു. സനാതനമതത്തിന്റെ സമകാലിക പ്രസക്തിയോടൊപ്പം സാർവലൗകികപ്രസക്തി കൂടി ചൂണ്ടിക്കാട്ടിയ ലോകാചാര്യനായിരുന്നു അദ്ദേഹം. പുരാതനകല്പനകളെ നവീകരിക്കുക എന്ന് പറയുമ്പോൾ ഭാരതീയരെ വിശ്വവ്യാപകമാക്കുക എന്നു കൂടി അർത്ഥമാക്കുന്നു. കലപരിഗണനയിൽ പുരാണനവീകരണവും സ്ഥലപരിഗണനയിൽ ഭാരതീയരുടെ വിശ്വവ്യാപ്തി, ഈ രണ്ടു കാര്യങ്ങൾ നിർവഹിക്കുന്നതിന് സ്വാമിജിയെപ്പോലെ പ്രാപ്തനായ വേറൊരാളുണ്ടായി രുന്നില്ല. അദ്ദേഹത്തിന്റെ സന്ദേശം ഒരേസമയം ഭാരതീയനും അഭാരതീയനും വേണ്ടി ഉള്ളതായിരുന്നു. ഭാരതീയനോടുള്ള ഉപദേശം വിദേശിയനും ശ്രദ്ധിക്കേണ്ടതായിരുന്നു. അതുപോലെ പാശ്ചാത്യനെ ഉദ്ദേശിച്ചു പറയുന്ന കാര്യങ്ങൾ ഭാരതീയനും അറിഞ്ഞിരി ക്കേണ്ടതായി രുന്നു. ഭക്തി, ഗുരു, ഈശ്വരൻ, മോക്ഷം മുതലായ സങ്കൽപ്പങ്ങളെ സമകാലീനഭാഷയിൽ പരിവർത്തനം ചെയ്തും ഒരർത്ഥത്തിൽ സനാതനതത്ത്വങ്ങൾക്ക് സമകാലീന ഭാഷ്യം നൽകുകയുമായിരുന്നു സ്വാമിജി. ജ്ഞാന, കർമ്മ, ഭക്തിയോഗങ്ങളുടെ വ്യക്തിത്വമാണ് സ്വാമിവിവേകാനന്ദൻ. സ്വാമികളുടെ സമന്വയദർശനം മതനിരപേക്ഷതയല്ല, മതസമന്വയമാണ്. ഭഗവാൻ കൃഷ്ണനെ അദ്ദേഹം കാണുന്നത് ഒരു സമന്വയവാദിയായിട്ടാണ്. ശങ്കരാചാര്യരുടെ മതമനുസരിച്ചു പഞ്ചകോശങ്ങൾ ഓരോന്നും അടുത്ത കോശങ്ങളിൽ ഉൾക്കൊള്ളുന്നതു പോലെ മുഹമ്മദ്നബിയെയും

യേശുദേവനെയും ശ്രീബുദ്ധനെയും ഭഗവാൻ കൃഷ്ണനെയും ഒന്നിക്കുന്ന ഒരു പ്രസ്ഥാനമായിട്ടാണ് സ്വാമികൾ തന്റെ സമന്വയവേദാന്തത്തെ അവതരിപ്പിച്ചത്. നിരാകരണമല്ല സ്വാംശീകരണമാണ് അഭികാമ്യം എന്ന് അദ്ദേഹം കരുതി. ഏറ്റവും കൂടുതൽ സ്വാംശീകരണശേഷിയുള്ളതാണ് ഏറ്റവും ശ്രേഷ്ഠവും അഭികാമ്യവുമെന്ന് സ്വാമിജി ചിന്തിച്ചിരുന്നു. പരമസത്യത്തിന്റെ സാക്ഷാൽക്കാരമായിരുന്നു ജീവിതലക്ഷ്യം. എങ്കിലും തനിക്കു ചുറ്റും വിലപിച്ചു കഴിയുന്ന ഒരു വമ്പിച്ച മർദ്ദിതജന സമൂഹത്തെ മിഥ്യയായി തള്ളിക്കളയുന്ന പാഴ്‌വേദാന്തത്തിന്റെ പ്രോക്താവായിരുന്നില്ല സ്വാമിജി. ശ്രീശങ്കരാചാര്യർ തന്റെ മാതാവിനോടുള്ള കടപ്പാട് മറക്കാതിരിക്കുന്നപോലെ സ്വാമിവിവേകാനന്ദൻ ഭാരതത്തോടുമുള്ള കടപ്പാട് മറന്നില്ല. ഭാരതത്തിന്റെ പ്രാചീനതയുടെ മഹത്തരവും പാവനതയും ശ്രേഷ്ഠതയും ഉത്കൃഷ്ടതയും നിർമ്മാണാത്മകമായ വിധത്തിൽ സാമ്യപ്പെടുത്തുവാൻ സാധിച്ചു. അതുകൊണ്ട് ഭാരതത്തിന്റെ ഭൂതത്തിലെന്ന പോലെ ഭാവിയിലും സ്വാമിജിക്ക് പൂർണവിശ്വാസം ആയിരുന്നു.

അമേരിക്കയിലെ എന്റെ പ്രിയസഹോദരീസഹോദരന്മാരെന്ന് തുടങ്ങുന്ന വിശ്വപ്രസിദ്ധമായ പ്രസംഗത്തിനുടമയായ സ്വാമിജിയുടെ ജന്മദിനമാണ് ജനുവരി 12. രാജ്യം ദേശീയ യുവജനദിനമായി ഈ ദിവസം ആഘോഷിക്കുന്നു. ഭാരതീയ യുവത്വത്തിന് വിവേകാനന്ദനെ പോലെ മറ്റൊരു പ്രതിനിധിയെ ചൂണ്ടിക്കാട്ടാനില്ല എന്ന കാര്യം ഏവരും സമ്മതിക്കുന്ന കാര്യമാണ്.

വിവേകാനന്ദന്റെ 'രാജയോഗം' എന്ന കൃതിക്കു രണ്ടു ഭാഗങ്ങളുണ്ട് രാജയോഗത്തെക്കുറിച്ച് വിവേകാനന്ദസ്വാമികൾ അമേരിക്കയിൽ നടത്തിയ എട്ടുപ്രഭാഷണങ്ങളടങ്ങുന്ന പൂർവവിഭാഗവും പാതഞ്ജലയോഗ സൂത്രങ്ങളുടെ വ്യാഖ്യാനമടങ്ങുന്ന ഉത്തരഭാഗവും. ഇതിൽ യോഗസൂത്രങ്ങളുടെ വ്യാഖ്യാനമാണ് സ്വാമികൾ സ്വയം രചിച്ചിട്ടുള്ള ഒരേ ഒരു കൃതി.

അമേരിക്കയിലേക്കുള്ള യാത്ര

സ്വാമിവിവേകാനന്ദൻ 1893 മെയ്മാസം 31ന് കപ്പൽമാർഗം ബോംബെയിൽ നിന്ന് സിലോൺ, സിംഗപ്പൂർ, ഹോങ്കോങ്ങ്, ജപ്പാൻ, ചൈന തുടങ്ങിയ സ്ഥലങ്ങൾ വഴി കാനഡയിലെ വാൻകുവർ തുറമുഖത്ത് എത്തി. അവിടെനിന്ന് തീവണ്ടി മാർഗം ചിക്കാഗോ നഗരത്തിലേക്ക് യാത്ര ചെയ്തു സ്വാമിയുടെ സുഹൃത്തും ശിഷ്യനുമായിരുന്ന ഖേത്രിരാജാവിന്റെ നിർബന്ധംമൂലമാണ് വസ്വാമികൾ "വിവേകാനന്ദൻ" എന്നപേര് സ്ഥിരമായി സ്വീകരിച്ചത്. അദ്ദേഹത്തിന്റെ തന്നെ നിർബന്ധം മൂലം വിവേകാനന്ദൻ ചിക്കാഗോയിലേക് പോകുവാൻ തീരുമാനിച്ചു. 1893 ജനുവരി 12-ന് ഖേത്രിരാജാവ് നൽകിയ ടിക്കറ്റിൽ വിവേകാനന്ദസ്വാമികൾ മുംബൈ തുറമുഖത്തു നിന്ന് പെനിൻസുലാർ എന്ന കപ്പലിൽ ലോകപര്യടനത്തിനായി പുറപ്പെട്ടു. കടൽമാർഗം ഉള്ള യാത്ര സ്വാമികൾക്കു വളരെ ആനന്ദം ഉളവാക്കിയതായിരുന്നു. ചിക്കാഗോയിലേക്കുള്ള യാത്രാമദ്ധ്യേ മിസ്സി സ് സാൻബോൺ എന്ന സ്ത്രീയെ സ്വാമി തീവണ്ടിയിൽവച്ച് പരിചയപ്പെട്ടു. സ്വാമിയുടെ പ്രൗഢിയും ഗാംഭീര്യവും സംഭാഷണശൈലിയും അവരിൽ വലിയ മതിപ്പുളവാക്കി. അവർ സ്വാമിയുമായി അതീവഹൃദ്യമായി സംഭാഷണങ്ങൾ നടത്തി. അവർ സ്വാമിയെ തന്റെ വീട്ടിലേക്കു ക്ഷണിച്ചു. അങ്ങ് എപ്പോഴെങ്കിലും ബോൺസ്റ്റണിൽ വരുകയാണെങ്കിൽ തീർച്ചയായും എന്റെ വീട്ടിൽ വരണം. കാനഡയിലെ വാൻകൂവറിൽ നിന്ന് ചിക്കാഗോയിലെത്തിയ വിവേകാനന്ദൻ, സർവ്വമതസമ്മേളനത്തിന്റെ കാര്യങ്ങൾ അന്വേഷിച്ചു. സെപ്റ്റംബറോടെയേ സമ്മേളനം നടക്കുകയുള്ളൂ എന്നറിഞ്ഞു. സമ്മേളനത്തിൽ പങ്കെടുക്കാൻ അദ്ദേഹത്തിന്ന് നിർവാഹമില്ല എന്നും സംഘാടകർ അറിയിച്ചു. ഒരു പ്രത്യേക മതത്തിന്റെയോ ജാതിയുടെയോ പ്രതിനിധി ആയിട്ടാണ് പങ്കെടുക്കുന്നത് എന്ന് തെളിയിക്കുന്നതിനുള്ള ഒരു രേഖയും സ്വാമിജിയുടെ കൈയിൽ ഇല്ലാത്തതായിരുന്നു കാരണം.

കൂടാതെ സമ്മേളനങ്ങളിൽ പങ്കെടുക്കുവാനുള്ള അപേക്ഷകൾ സ്വീകരിക്കുന്ന സമയവും കഴിഞ്ഞിരുന്നു. തീരെ അപ്രതീക്ഷിതമായിരുന്നു സ്വാമിജിക്ക് കിട്ടിയ വിവരങ്ങൾ.

സ്വാമിജിയുടെ കൈയിൽ കരുതിയിരുന്ന പണം തീരാറായി. ഇനി പട്ടിണികിടക്കുകയല്ലാതെ വേറെ മാർഗവും ഒന്നും ഇല്ല എന്ന് കരുതി വിഷമിച്ചിരിക്കുമ്പോഴാണ് ബോൺസ്റ്റണിൽ താമസിക്കുന്ന മിസ്സിസ് സാൻബോണിനെ കുറിച്ചോർക്കുന്നത്. കൂടാതെ ചിക്കാഗോയേക്കാൾ കുറഞ്ഞ ചിലവിൽ താമസിക്കാൻ പറ്റിയ സ്ഥലമാണ് ബോൺസ്റ്റണെന്നും പറഞ്ഞുകേട്ടിരുന്നു. അങ്ങനെ സ്വാമിജി ബോൺസ്റ്റണിലേക്ക് യാത്രയായി. സാൻബോണിന്റെ വീട്ടിൽവച്ച് ആശയങ്ങളിൽ താൽപര്യമുള്ളവനും ഹാർവാർഡ് യൂണിവേഴ്സിറ്റിയിൽ പ്രൊഫസറും ആയിരുന്ന ജെ. എച്ച്. റൈറ്റിനെ പരിചയപ്പെട്ടു. റൈറ്റിന്റെ സഹായംകൊണ്ടാണ് വിവേകാനന്ദന് മേളയിൽ സ്വയം പ്രതിനിധീകരിക്കാൻ സാധിച്ചത്. സർവമത മഹാസമ്മേളനത്തിന്റെ നിർവാഹകസമിതിക്ക് ജെ.എച്ച്.റൈറ്റ് ഇങ്ങനെ എഴുതി: 'ഈ ഭാരതീയ സന്ന്യാസി നമ്മുടെ നാട്ടിലുള്ള എല്ലാ പ്രൊഫസർമാരെയും ഒന്നിച്ചുചേർത്താലും അവരെക്കാളും വലിയ പണ്ഡിതനാണ്. എങ്ങനെയെങ്കിലും ഇദ്ദേഹത്തെ സമ്മേളനത്തിൽ പങ്കെടുപ്പിക്കണം. അങ്ങനെയാണ് സ്വാമിവിവേകാനന്ദൻ ചിക്കാഗോ

1893ൽ ചിക്കാഗോയിലെ സർവ്വമതസമ്മേളനത്തിൽ പങ്കെടുത്തപ്പോൾ

സമ്മേളനത്തിൽ പ്രതിനിധിയായി സ്വീകരിക്കപ്പെട്ടത്. ചിക്കാഗോയിലെ ലോകവ്യാപാരമേള നടക്കുന്നിടത്തു തന്നെയായിരുന്നു സർവ്വമതസമ്മേളനവും നടക്കുന്ന വേദി. ജൂലൈ മാസത്തിലാണ് സ്വാമിജി ചിക്കാഗോയിൽ എത്തിയത്. തികച്ചും അപരിചിതമായൊരു ലോകമായിരുന്നു സ്വാമിക്ക് അവിടം. മേളയിൽ പ്രദർശിപ്പിച്ചിരിക്കുന്ന യന്ത്രോപകരണങ്ങളും അത്യാധുനിക ശാസ്ത്രസാങ്കേതിക വിദ്യകളും കരകൗശലവസ്തുക്കളും സ്വാമിജിയെ വിസ്മയിപ്പിച്ചു. സ്വാമിജി പ്രൊഫസറുമായി ഏറെ സമയം സംഭാഷണം നടത്തിയിരുന്നു. പലപല വിഷയങ്ങൾ അവർ ചർച്ചചെയ്തു. സ്വാമിജിയുടെ ഏത് വിഷയത്തിലുമുള്ള അഗാധമായ അറിവ് പ്രൊഫസറെ അത്ഭുതപ്പെടുത്തി. ഈ സമയത്താണ് സ്വാമിജി, ലതനിക്ക് സർവമതസമ്മേളനത്തിൽ പങ്കെടുക്കുവാൻ പറ്റാത്തതിന്റെ വിവരം പ്രൊഫസറോട് പറഞ്ഞത്. സർവ്വമതസമ്മേളനത്തിൽ അങ്ങാണ് ഹിന്ദുമതത്തെ പ്രതിനിധീകരിക്കേണ്ടത് എന്ന് പ്രൊഫസർ പറഞ്ഞു. ചിക്കാഗോയിലേക്കു തിരിച്ചുള്ള ടിക്കറ്റും പ്രൊഫസർ തന്നെ വാങ്ങി സ്വാമിജിയെ ഏൽപ്പിച്ചു. ഈശ്വരേച്ഛ എല്ലാം അതിന്റെ വഴിക്കു നടക്കുന്നു. സ്വാമി വളരെ സന്തോഷത്തോടെ അവിടുന്ന് യാത്രയായി. ചിക്കാഗോയിൽ എത്തി സർവ്വമതസമ്മേളനം നടക്കുന്ന സ്ഥലത്തേക്ക് പോകാനായി നോക്കുമ്പോൾ ആ സമ്മേളനം നടക്കുന്ന നഗരിയുടെ അഡ്രസ്സ് എഴുതിയ പേപ്പർ കാണുന്നില്ല. വരുന്ന വഴിയിൽ എവിടെയോ നഷ്ടപ്പെട്ടു. സ്വാമി

ആകെ ക്ഷീണിതനായി. എവിടെയെങ്കിലും പോയി വിശ്രമിക്കണം എന്ന് വിചാരിച്ചാൽ അതിനു പരിചയമുള്ള ഇടം ഇല്ല. എവിടെ പോകണം ആരെ കാണണം എന്നൊന്നും അറിയാതെ സ്വാമി നിന്നു. നല്ല ക്ഷീണം കാരണം ആ വഴിയിൽ കിടന്ന ഒരു പെട്ടിയിൽ കിടന്നു നേരം വെളിപ്പിച്ചു. തെരുവിന്റെ ഇരുവശവും സമ്പന്നരുടെ വീടുകൾ കാണാം. സ്വാമി രാവിലെ എണീറ്റ് ആ തെരുവിലൂടെ നടന്നു. നമ്മുടെ നാട്ടിലെ ഭിക്ഷക്കാരും സന്യാസിമാരും ചെയ്യുന്ന പോലെ ഓരോ വീട്ടിലും ചെന്ന് ഭിക്ഷചോദിച്ചാൽ ഒന്നും കിട്ടുകയില്ല. മാത്രവുമല്ല ആ വീട്ടിലെ വേലക്കാർ വരെ വളരെ മോശമായി പെരുമാറും. കാരണം ഭിക്ഷാടനം പാശ്ചാത്യരാജ്യങ്ങളിൽ വളരെ മോശമായ പ്രവൃത്തിയാണ്. ദൈവം എന്തോ ഒരു ദൗത്യവുമായിട്ടാണ് എന്നെ ഇവിടം വരെ എത്തിച്ചതെങ്കിൽ അതു പൂർത്തിയാക്കാനുള്ള കാര്യങ്ങളും ദൈവം തന്നെ നടത്തി തരും എന്ന് സ്വാമിക്ക് തോന്നി. സമയം പോകുംതോറും ആ വിശ്വാസം കൂടിക്കൂടി വന്നു. തനിക്കു നല്ലതു സംഭവിക്കും എന്ന് സ്വാമിയുടെ മനസ്സു മന്ത്രിച്ചു, പെട്ടെന്ന് അടുത്ത വീട്ടിൽനിന്ന് ഒരു സ്ത്രീ വന്നു ചോദിച്ചു താങ്കൾ സർവ്വമതസമ്മേളനത്തിൽ പങ്കെടുക്കാൻ വന്ന ആളാണോ എന്ന്. അപ്പോൾ സ്വാമിജി തനിക്കു പറ്റിയതെല്ലാം അവരോടു പറഞ്ഞു. അവരുടെ പേരാണ് മിസ്സ്. ജോർജ്ജ് ഡബ്ല്യൂ ഹേൽ. അവർ സ്വാമിജിയെ വീട്ടിനകത്തേക്ക് കൂട്ടിക്കൊണ്ടുപോയി. സ്വാമിക്ക് വേണ്ട സഹായങ്ങൾ ചെയ്തുകൊടുക്കാൻ വേലക്കാരോട് പറഞ്ഞു. പ്രഭാതഭക്ഷണം കഴിച്ചതിനുശേഷം ഹേൽ സ്വാമിജിയെ സർവ്വമതസമ്മേളനം നടക്കുന്നിടത്തേക്കു കൂട്ടിക്കൊണ്ടുപോയി. സമ്മേളനകാര്യാലയത്തിൽ എത്തിയ സ്വാമി സ്വയം പരിചയപെടുത്തിയ ശേഷം പ്രൊഫസർ ജെ. എച്ച്. റൈറ്റ് തന്ന കത്ത് സംഘാടകർക്കു കൈമാറി. ഹാൾ ഓഫ് കൊളീബസ് എന്ന് പേരുകേട്ട വിശാലമായ ഹാളിലായിരുന്നു സമ്മേളനം. 1893 സെപ്റ്റംബർ 11ന് തിങ്കളാഴ്ച വേദിയുടെ മുൻനിരയിൽ റോമൻ കത്തോലിക്ക പള്ളിയിലെ കർദിനാൾ ഗിബ്ബാൻസ് ഇരിക്കുന്നു. അദ്ദേഹത്തിന്റെ ഇരുവശങ്ങളിലുമായി മറ്റു രാജ്യങ്ങളിലെ മതത്തെ പ്രധിനിധീകരിച്ചെത്തിയ ധാരാളം വിശിഷ്ടവ്യക്തികൾ. വേദിയുടെ മുൻനിരയിൽതന്നെ വിവേകാനന്ദസ്വാമികളും ഇരുന്നു. ഭാരതത്തിൽ നിന്നും സ്വാമിജിയെ കൂടാതെ വേറെയും ചില വ്യക്തികൾ എത്തിയിരുന്നു. ബ്രഹ്മസമാജത്തിന്റെ പ്രതിനിധിയായി മജുംദാറും, നഗാർകറും. ബുദ്ധമതത്തെ പ്രതിനിധീകരിച്ചുകൊണ്ട് സിലോണിൽ നിന്നും ധർമപാലനും തിയോസഫിയെ പ്രതിനിധാനം ചെയ്ത് ചക്രവർത്തിയും മിസ്സിസ് ബസന്റും സമ്മേളനത്തിൽ പങ്കെടുത്തു. ആയിരക്കണക്കിനാ

ളുകൾ സമ്മേളനഹാളിൽ തിങ്ങിനിറഞ്ഞിരുന്നു. തന്റെ മുന്നിലിരിക്കുന്ന ആ വലിയ ആൾക്കൂട്ടത്തെ കണ്ടു സ്വാമിജി ചെറുതായിട്ടൊന്നു പരിഭ്രമിച്ചു. പ്രസംഗിക്കാൻ സഭാ അദ്ധ്യക്ഷൻ പലതവണ ക്ഷണിച്ചപ്പോൾ പിന്നെ ആവാം എന്ന് സ്വാമി മറുപടി പറഞ്ഞു. ഉച്ചകഴിഞ്ഞുള്ള സമ്മേളനത്തിൽ അനുവാദം ചോദിക്കാതെ സഭാദ്ധ്യക്ഷൻ സ്വാമിജിയുടെ പേരുവിളിച്ചു. പ്രസംഗത്തിനായി സ്വാമിജി എഴുന്നേറ്റു. സ്വാമിജി തന്റെ പ്രസംഗം ഇങ്ങനെ ആരംഭിച്ചു. 'അമേരിക്കയിലുള്ള എന്റെ സഹോദരിസഹോദരന്മാരെ' തുടർന്ന് പറയാൻ സ്വാമിജിക്ക് സാധിച്ചില്ല കാരണം അത്രയും ഉച്ചത്തിലും ആവേശപൂർണമായൊരു കൈയടിയാണ് സ്വാമിജിക്ക് കിട്ടിയത്. സ്വാമിജിയുടെ അഭിസംബോധന അവരുടെ ഹൃദയത്തെ അത്രമാത്രം സ്പർശിച്ചു. അവർ എഴുന്നേറ്റ് നിന്നാണ് കൈയടിച്ചത്. സദസ്സ് വീണ്ടും ശാന്തമായപ്പോൾ സ്വാമിജി തന്റെ പ്രസംഗം തുടർന്നു. എന്നാൽ ചെറിയൊരു പ്രസംഗം ആയിരുന്നു സ്വാമിജി അവിടെ നടത്തിയത്. എല്ലാ മതങ്ങളും സത്യമാണെന്നും അവ അംഗീകരിക്കപ്പെടേണ്ടതാണെന്ന ഉദാത്തമായ സങ്കല്പമാണ് ഹിന്ദുമതത്തിനുള്ളത് എന്ന് സ്വാമിജി വ്യക്തമാക്കി. മറ്റ് പ്രാസംഗികർ അവരുടെ സ്വന്തം മതത്തിന്റെ മൂല്യങ്ങളെക്കുറിച്ചും സിദ്ധാന്തങ്ങളെ കുറിച്ചുമാണ് സംസാരിച്ചത്. പക്ഷെ സ്വാമികൾ എല്ലാ മതങ്ങളുടെയും മൂല്യങ്ങളെകുറിച്ചും സിദ്ധാന്തങ്ങളെകുറിച്ചും സംസാരിച്ചു. സ്വാമിജിയുടെ പ്രസംഗത്തിലെ ഓരോ വാക്കുകളും സദസ്സ് ഹൃദയപൂർവ്വം സ്വീകരിച്ചു. മറ്റു പ്രതിനിധികളുടെ പ്രസംഗത്തെകാൾ വളരെ അധികം ആകർഷിച്ചതും സ്വാമിജിയുടെ പ്രസംഗം ആയിരുന്നു. പിറ്റേന്ന് നേരം പുലർന്നപ്പോഴേക്കും സ്വാമിജി നാട്ടിൽ സംസാരവിഷയമായി. പത്രങ്ങൾ നിർലോഭം സ്വാമിവിവേകാനന്ദനെ അഭിനന്ദിച്ചു. സ്വാമിജി പിന്നെയും പലതവണ സർവ്വമതസമ്മേളനത്തിൽ പങ്കെടുത്തു. അതിൽ ഏറ്റവും പ്രസിദ്ധമായത് 'ഹിന്ദുമതത്തെ കുറിച്ച ഒരു പ്രബന്ധം' എന്ന വിഷയത്തിൽ നടത്തിയ സംഭാഷണമായിരുന്നു. ചിക്കാഗോയിൽ സ്വാമിജി നേടിയ വിജയത്തിന്റെ കഥ ഭാരതത്തിലെ പത്രങ്ങളിലും ധാരാളം വന്നുകൊണ്ടിരുന്നു. ആ നേട്ടത്തിൽ ഓരോ ഭാരതീയനും അഭിമാനം കൊണ്ടിരുന്നു. ബാരാനഗറിലുള്ള സ്വാമിജിയുടെ സന്യാസസഹോദരന്മാരുടെ സന്തോഷം വളരെ വലുതായിരുന്നു. അപ്പോൾ മാത്രമാണ് അവർ അറിഞ്ഞത് തങ്ങളുടെ പ്രിയപ്പെട്ട നരേന്ദ്രനാണ് ലോകപ്രശസ്തനായ സ്വാമിവിവേകാന്ദൻ എന്ന്. സർവമതസമ്മേളനത്തിലെ ആദ്യത്തെ പ്രസംഗത്തിനുശേഷം സ്വാമിജി താമസിച്ചത് അമേരിക്കയിലെ വലിയൊരു പണക്കാരന്റെ വീട്ടിലായിരുന്നു. വിശിഷ്ട വ്യക്തിയായ് സ്വാമിക്കു അദ്ദേഹം

അത്യധുനിക ആഡംബരത്തോടുകൂടിയുള്ള കിടപ്പറ നൽകി. പക്ഷെ സ്വാമിജി അതൊന്നും സ്വീകരിച്ചില്ല. സ്വാമിജിക്ക് ആ പട്ടുമെത്തയിൽ കിടന്നുറങ്ങാൻ കഴിഞ്ഞില്ല. കാരണം സ്വന്തം നാട്ടിൽ കിടപ്പാടം പോലുമില്ലാതെ പാടുപെടുന്ന പാവപെട്ടവരെക്കുറിച്ചോർത്തു സ്വാമിജിയും നിലത്തുകിടന്നുറങ്ങി. സ്വാമിജിയുടെ ചിന്ത എപ്പോഴും നമ്മുടെ നാട്ടിലെ പാവപ്പെട്ടവരും നിർധനരും ആയ ജനലക്ഷങ്ങളും അവരുടെ ദാരിദ്ര്യങ്ങളും കഷ്ടപ്പാട് നിറഞ്ഞ ജീവിതവും ആയിരുന്നു. അവരുടെ ഉന്നതിക്ക് വേണ്ട വഴികളെക്കുറിച്ചായിരുന്നു സ്വാമിജിയുടെ ചിന്ത മിക്കപ്പോഴും. ചിക്കാഗോയിലെ സർവമതസമ്മേളനം സമാപിച്ചപ്പോഴേക്കും സ്വാമിജി അവിടെ വളരെ പ്രസിദ്ധനായി കഴിഞ്ഞിരുന്നു. അതിനുശേഷം അദ്ദേഹം അമേരിക്കയിലെ പല സ്ഥലങ്ങളിലും പ്രസംഗങ്ങൾ നടത്തി.

അതുല്യനായൊരു വാഗ്മിക്കുവേണ്ട എല്ലാ ഗുണങ്ങളും സ്വാമിജിയിൽ ഒത്തുചേർന്നിരുന്നു. അദ്ദേഹം മുന്നോട്ടുവയ്ക്കുന്ന ആശയങ്ങൾ ജനഹൃദയങ്ങളെ അത്യധികം ആകർഷിച്ചിരുന്നു. അദ്ദേഹത്തിന്റെ പ്രസംഗങ്ങൾ കേൾക്കുവാൻ അമേരിക്കയുടെ നാനാഭാഗങ്ങളിൽ നിന്നും ആളുകൾ വന്നു. ഘനഗംഭീരമായ ശബ്ദവും ശുദ്ധമായ ഭാഷശൈലിയും തേജസ്സുറ്റ മുഖവും ഒത്തിണങ്ങിയ വാഗ്മിയായിരുന്നു സ്വാമിവിവേകാനന്ദൻ. 1894 ൽ അദ്ദേഹം ന്യൂയോർക്കിൽ തന്റേതായ കുറെ ശിഷ്യന്മാരെ പരിശീലിപ്പിച്ചു. താൻ തുടങ്ങിവച്ച കർമ്മപദ്ധതികൾ മുന്നോട്ടുകൊണ്ടുപോകാൻ വേണ്ടിയായിരുന്നു അത്. അങ്ങനെ ആരംഭിച്ച പ്രസ്ഥാനമായിരുന്നു വേദാന്ത സൊസൈറ്റി. സ്വാമിജി അവിടെ പതിവായി പ്രഭാഷണങ്ങളും പഠനശിബിരങ്ങളും നടത്തിയിരുന്നു. എല്ലാമതങ്ങളും ഒരുപോലെ സത്യമാണ് എന്ന് സ്വാമിജി എടുത്തു പറഞ്ഞു. ന്യൂയോർക്കിൽ നിന്ന് സ്വാമിജി തൗസൻഡ് ഐലൻഡ് പാർക്കിലേക്കാണ് പോയത്. ഏകദേശം രണ്ട് മാസത്തോളം അവിടെ ചിലവഴിച്ചു. അവിടെയും സ്വാമിജി ധാരാളം പ്രഭാഷണങ്ങളും പ്രസംഗങ്ങളും നടത്തി. അവിടെ നിന്നും അദ്ദേഹം ഇംഗ്ലണ്ടിലേക്ക് പോയി. രണ്ട് മാസത്തോളം അവിടെയും ചിലവഴിച്ചു, അവിടെയും അദ്ദേഹത്തിന് നല്ല ശ്രോദ്ധാക്കൾ ഉണ്ടായിരുന്നു. ഓരോ ദിവസം കഴിയുംതോറും പ്രഭാഷണങ്ങൾ കേൾക്കുവാൻ ആളുകൾ കൂടിക്കൂടിവന്നു. ന്യൂയോർക്കിൽ തുടങ്ങിവച്ച പദ്ധതികൾ നടപ്പിലാക്കുവാൻ വേണ്ടി അവിടേക്ക് തിരിച്ചു വന്നു. അമേരിക്കയിലെ വേദാന്തപ്രചാരണം അവസാനിക്കുമ്പോഴേയ്ക്കും സ്വാമിജി ശാരീരികമായി ക്ഷിണിച്ചിരുന്നു. ദൃഢഗാത്രനായിരുന്നിട്ടുപോലും വിശ്രമമില്ലാത്ത ദീർഘകാലത്തെ അധ്വാനം ആ ശരീരത്തെ തളർത്തിക്കളഞ്ഞു. അമേരിക്കയിൽ തുടങ്ങിവച്ച

പ്രവർത്തനങ്ങൾ തുടർന്നും മുന്നോട്ടുപോകും എന്ന് ഉറപ്പായപ്പോൾ അദ്ദേഹം ഭാരതത്തിലേക്ക് തിരിച്ചുവരുവാൻ തീരുമാനിച്ചു. സ്വാമിജിയുടെ തിരിച്ചുവരവ് ഒരു ചരിത്രസംഭവം തന്നെയായിരുന്നു. സർവ്വമതസമ്മേളനത്തിന് ശേഷം ഭാരതത്തിലെ ജനങ്ങൾ അദ്ദേഹത്തെ അങ്ങേയറ്റം ആദരിക്കുവാനും സ്നേഹിക്കുവാനും തുടങ്ങി. പലപ്പോഴും പത്രങ്ങളിൽ അദ്ദേഹത്തെക്കുറിച്ചുള്ള വാർത്തകൾ വന്നുകൊണ്ടിരുന്നു. ഒരു വീരനായകനായിട്ടാണ് ജനങ്ങൾ സ്വാമിജിയെ കണ്ടത്. പാശ്ചാത്യനാടുകളിൽ സ്വാമിജി കരസ്ഥമാക്കിയ വിജയം ഭാരതത്തിലെ ഓരോ മനുഷ്യരിലും ആത്മാഭിമാനത്തിന്റെ തിരിതെളിയിച്ചു. അദ്ദേഹത്തെ എതിരേൽക്കുവാനും ആദരിക്കുവാനും നാടുംനഗരവും ഉണർന്നെഴുന്നേറ്റു.

ശ്രീരാമകൃഷ്ണമിഷൻ

സ്വാമിജി വിദേശത്തുനിന്നും തിരിച്ചെത്തി. ഏറെ വൈകാതെ ശ്രീരാമകൃഷ്ണപരമഹംസരുടെ ജന്മദിനം ആഘോഷിക്കപ്പെട്ടു. അതിൽ പങ്കെടുക്കാനായി സ്വാമിജി ദക്ഷിണേശ്വരത്ത് വന്നു. അവിടെ സ്വാമിജിയെ കാണുവാനും പ്രസംഗങ്ങൾ കേൾക്കുവാനും ജനസാഗരം ഉണ്ടായിരുന്നു. അവിടുത്തെ എല്ലാ പ്രദേശത്തും സ്വാമിജി നടന്നു. തന്റെ ഗുരുവായ പരമഹംസർ ജീവിച്ചിരുന്ന പഴയകാലത്തെ എല്ലാം അനുസ്മരിച്ചു. പരമഹംസരുടെ നിരവധി ഭക്തന്മാർ അന്ന് അവിടെ വന്നിരുന്നു. ആ ഒത്തുചേരൽ സ്വാമിജിക്ക് അടക്കാനാവാത്ത സന്തോഷം ഉണ്ടാക്കി. ഭാരതത്തെ പുനർനിർമ്മിക്കുന്നതിനു വേണ്ടി മനസ്സിൽ ഉദയംകൊണ്ട ആശയങ്ങൾ സ്വാമിജി അവിടെയുള്ള സന്യാസിസഹോദരങ്ങളുമായി പങ്കുവച്ചു. പ്രാർത്ഥനകളും ധ്യാനവും ഈശ്വരസാക്ഷാൽക്കാരവും മാത്രമാണ് സന്യാസിമാർക്ക് വിധിച്ചിട്ടുള്ളത് എന്നുള്ള ധാരണയായിരുന്നു അതുവരെ സന്യാസി സമൂഹത്തിനുണ്ടായിരുന്നത്. സ്വാമിജിയുടെ പ്രഭാഷണത്തിൽ കൂടി അതിന് മാറ്റങ്ങൾ വന്നു. സാമാന്യജനങ്ങളെ സേവിക്കുവാനും സഹായിക്കുവാനും സന്യാസിമാർ ചെയ്യേണ്ട കാര്യങ്ങളെക്കുറിച്ചു സ്വാമിജി സന്യാസിസഹോദരന്മാർക്ക് പറഞ്ഞുകൊടുത്തു. ഈ ആശയങ്ങൾ ഉൾക്കൊണ്ടുകൊണ്ട് സന്യാസിമാർ ഒന്നിച്ചു. അവരെ സഹായിക്കാനായി സ്വന്തം ജീവിതം മാറ്റിവച്ച് കർമ്മനിരതനായി. സാധാരണക്കാർക്കായി ആശുപത്രികളും വിദ്യാഭ്യാസസ്ഥാപനങ്ങളും തുടങ്ങുവാൻ മറ്റു സ്വാമിമാരെ വിവേകാനന്ദൻ പ്രേരിപ്പിക്കുകയായിരുന്നു. ശ്രീരാമകൃഷ്ണപരമഹംസരുടെ സന്യാസി ശിഷ്യന്മാരും മറ്റ് ആരാധകരും ഒത്തുചേർന്ന് പ്രവർത്തിക്കണം എന്നായിരുന്നു സ്വാമിജിയുടെ ആഗ്രഹം.

ആ ആഗ്രഹപ്രകാരം 1897 മെയ് ഒന്നാം തീയതി അവരെല്ലാവരും ഒത്തുകൂടി ഈ വിഷയങ്ങൾ ഗൗരവമായി ചർച്ച ചെയ്തു. അങ്ങനെയാണ് ശ്രീരാമകൃഷ്ണാമിഷൻ എന്ന പ്രസ്ഥാനം ജന്മമെടുത്തത്. ശ്രീരാമകൃഷ്ണാമിഷന് പല ഉദ്ദേശ്യങ്ങൾ ഉണ്ടായിരുന്നു. നല്ല ആചാര്യന്മാരെ പരിശീലിപ്പിച്ചു കൊണ്ടുവരിക, മതപരമായ തത്ത്വങ്ങൾ സാമാന്യജനങ്ങൾക്കിടയിൽ പ്രചരിപ്പിക്കുക, കരകൗശലവേല, വ്യവസായം തുടങ്ങിയവ പ്രോത്സാഹിപ്പിക്കുക, ഭാരതത്തിന്റെ നാനാഭാഗങ്ങളിലും രാമകൃഷ്ണാമിഷന്റെ ശാഖകൾ സ്ഥാപിക്കുക, വേദാന്തതത്ത്വങ്ങൾ പ്രചരിപ്പിക്കുക, മറ്റുനാടുകളിലേക്ക് പ്രചാരകരെ അയക്കുക എന്നിവയായിരുന്നു മിഷന്റെ ലക്ഷ്യങ്ങൾ. ധാരാളം ആളുകൾ നിത്യവും സ്വാമിജിയെ കണ്ട് സംസാരിക്കാനായി വന്നിരുന്നു. അഭ്യസ്തവിദ്യരും അവിവാഹിതരുമായ ചെറുപ്പക്കാരോട് സ്വാമിജിക്ക് പ്രത്യേക താല്പര്യമുണ്ടായിരുന്നു. അവരിൽ പലരും ശ്രീരാമകൃഷ്ണ മഠത്തിൽ ചേർന്നു. കുറേപേർ സ്വാമിജിയുടെ അനുഭാവികളുമായി മാറി. ആധ്യാത്മികമായി കൂടുതൽ അറിവും കൂടുതൽ കരുത്തും ഊർജ്ജവും

ശ്രീരാമകൃഷ്ണമിഷന്റെ ആസ്ഥാനമായ ബേലൂർമഠം

നേടാനും സ്വാമിജി അവരെ സഹായിച്ചു. പ്രസംഗങ്ങളിൽ കൂടിയും പ്രഭാഷണങ്ങളിൽ കൂടിയും തന്റെ ആശയവിചാരങ്ങൾ ബഹുജനങ്ങളുമായി പങ്കുവച്ചു. ഭാരതത്തിന്റെ അതിമഹത്തായ ഭൂതകാലത്തെപ്പറ്റി എപ്പോഴും എല്ലാവരെയും ഓർമ്മിപ്പിച്ചു. ലോകത്തിന്റെ ഏതു മഹാസംസ്ക്കാരത്തിനോടും കിടപിടിക്കത്തക്കവണ്ണം ഉജ്ജ്വലമായ ഒരു സംസ്ക്കാരികപാരമ്പര്യം കെട്ടിപ്പടുത്ത സ്വന്തം പൂർവ്വികന്മാരോട് ഭക്ത്യാദരങ്ങൾ ഉണ്ടായിരിക്കണം എന്നദ്ദേഹം എപ്പോഴും ഓർമ്മിപ്പിക്കും. വിദേശിയരെ നോക്കാതെ തിരിഞ്ഞുനോക്കേണ്ടത് നമ്മുടെ പഴയകാലങ്ങളിലേക്കാണ്. ആ സ്മരണയോടുകൂടി കൂടുതൽ ആനന്ദവും മഹനീയവുമായ ഒരു ഭാരതം നാം കെട്ടിപ്പടുക്കണം. ധർമ്മാധിഷ്ഠിതമായ ഒരു പൈതൃകമാണ് നമ്മുടെ മൂലധനം. അതുകൊണ്ട് നിർമ്മിച്ചെടുക്കേണ്ടതും ധർമ്മാധിഷ്ഠിതമായ ഒരു സമൂഹത്തെയാണ്, ഒരു രാഷ്ട്രത്തെയാണ്. ജനങ്ങൾക്കാവശ്യം കരുത്താണ്. സത്യവും, ത്യാഗവും സേവനവുമാണ് ഈ നാടിന്റെ ആദർശങ്ങൾ. അവ പിടിച്ചുകൊണ്ടുവേണം നാം മുന്നോട്ടുപോകുവാൻ. ഭാരതത്തിന്റെ ഭാവി നമ്മുടെ കൈകളിലാണ്. വിദ്യാഭ്യാസത്തിലൂടെ മാത്രമേ നമുക്ക് കരുത്തു നേടാനാകൂ. ഭാരതത്തിലെ സർവ്വജനങ്ങൾക്കും മാന്യമായ വിദ്യാഭ്യാസം ലഭിക്കണം. അങ്ങനെ അവർ ശക്തിപ്രാപിക്കും. അതിലൂടെ ശക്തമായ ഭാരതം കെട്ടിപ്പടുക്കം. സ്വാമിജിയുടെ ഈ പ്രബോധനങ്ങൾ കേട്ട ജനങ്ങൾക്ക് തങ്ങൾക്ക് നഷ്ടപ്പെട്ട ആത്മവിശ്വാസം വീണ്ടുകിട്ടി. അഗതികളെയും, ആശ്രിതരേയും സഹായിക്കുവാൻ അവർ സന്നദ്ധരായി. മാതൃഭൂമിയുടെ സേവനത്തിനായി അവർ സ്വയം സമർപ്പിച്ചു. ഭാരതത്തിന്റെ ചരിത്രത്തിലെ സുപ്രധാന വഴിത്തിരിവായിരുന്നു അത്.

വീണ്ടും ഒരു വിദേശയാത്ര

സ്വാമിജി വീണ്ടും പാശ്ചാത്യരാജ്യങ്ങളിലേക്ക് യാത്രയായി. സ്വാമിജിയുടെ ആരോഗ്യം ഈ യാത്രയിൽ കൂടി മെച്ചപ്പെടുവാൻ സാധിക്കും എന്ന് എല്ലാവരും അഭിപ്രായപ്പെട്ടു. 1899 ജൂൺ 20ന് സിസ്റ്റർ നിവേദിതയോടുകൂടി 'ഗോൾകണ്ട്' എന്ന കപ്പലിൽ സ്വാമിജി യാത്രയായി. ജൂലൈ ഒന്നാംതീയതി സ്വാമിജി ലണ്ടനിൽ എത്തി. രണ്ടാഴ്ചയോളം അവിടെ തങ്ങി ധാരാളം പ്രഭാഷണങ്ങൾ നടത്തിയതിനുശേഷം അമേരിക്കയിലേക്കു പുറപ്പെട്ടു. യാത്രമദ്ധ്യേ അദ്ദേഹം ന്യൂയോർക്കിൽ എത്തി. നവംബർ മാസംവരെ ന്യൂയോർക്കിൽ താമസിച്ചു. അവിടെ നിന്നു സ്വാമിജി കാലിഫോർണിയയിൽ എത്തി. ധാരാളം പ്രഭാഷണങ്ങളും സ്വാമിജി ഇതിനോടകം എല്ലായിടവും നടത്തി. രാമായണത്തിലെയും മഹാഭാരതത്തിലെയും കഥകളായിരുന്നു പ്രഭാഷണങ്ങളുടെ അന്തസ്സത്ത. ഗീത പഠിപ്പിക്കുകയും ധ്യാനം പരിശീലിപ്പിക്കുകയും ചെയ്തു. അവിടെയെല്ലാം വേദാന്ത സൊസൈറ്റികൾ സ്ഥാപിച്ചു. അവിടെനിന്ന് സ്വാമിജി യൂറോപ്പിലേക്ക് യാത്രയായി. അവിടെ ധാരാളം പ്രമുഖന്മാരെ പരിചയപ്പെടുകയും തന്റെ ആശയങ്ങൾ പ്രചരിപ്പിക്കുകയും ചെയ്തു. അതിനിടെ സ്വാമിജി ഫ്രഞ്ച്ഭാഷയും പഠിച്ചു. അദ്ദേഹം ഫ്രഞ്ച് ഭാഷയിൽ സംവാദങ്ങളും നടത്തിയിട്ടുണ്ട്. ക്രമേണ ലോകസഞ്ചാരങ്ങൾ അവസാനിപ്പിച്ച് ഭാരതത്തിലേക്ക് മടങ്ങി. 1900 ഡിസംബർ 9ന് സ്വാമിജി ബേലൂർമഠത്തിലെത്തി. ഏതാനും ആഴ്ചകൾ ബേലൂർമഠത്തിൽ കഴിഞ്ഞതിനുശേഷം സ്വാമിജി കിഴക്കൻബംഗാളിലെ ധാക്കയിലേക്ക് പുറപ്പെട്ടു. സ്വാമിജിയോടൊപ്പം സ്വാമിജിയുടെ അമ്മയും ഒരുപറ്റം സ്വാമിമാരും അനുഗമിച്ചു. അവിടെയും പല സ്ഥലങ്ങളിൽ സ്വാമിജി പ്രസംഗങ്ങൾ നടത്തി. ശേഷം ഷില്ലോങ്ങിലേക്ക് പുറപ്പെട്ടു. അവിടെനിന്നും സ്വാമിജി വീണ്ടും ബേലൂർമഠത്തിൽ തിരിച്ചെത്തി. സ്വാമിജിയുടെ

അസുഖങ്ങൾക്ക് ഒട്ടും ശമനം ഉണ്ടായിരുന്നില്ല. പക്ഷെ ഈ സമയത്തും ആദ്ധ്യാത്മിക പ്രഭാഷണങ്ങളും സ്വാമിമാർക്കുള്ള ക്ലാസ്സുകളും തുടർന്നുകൊണ്ടിരുന്നു. ഈ അവസ്ഥയിലും സ്വാമിജി അതിരാവിലെ എണീറ്റ് ധ്യാനിക്കുമായിരുന്നു. കൂടാതെ ആശ്രമത്തിലെ സ്വാമിമാർക്കായി ഓരോ കാര്യങ്ങൾ കൃത്യനിഷ്ഠയോടു കൂടി ചെയ്യുവാൻ നിയമങ്ങൾ നിർമ്മിച്ചു. സ്വാമിജിയും ആ നിയമങ്ങൾ പാലിച്ചു. സ്വാമിജിക്ക് മൃഗങ്ങളെ വലിയ ഇഷ്ടമായിരുന്നു. മഠത്തിൽ ധാരാളം മൃഗങ്ങൾ ഉണ്ടായിരുന്നു. സ്വാമിജിയുടെ ആരോഗ്യസ്ഥിതി ക്രമേണ മോശമായിത്തുടങ്ങി. ദിവസങ്ങളോളം കിടപ്പിലായി. കുറച്ചു ദിവസത്തെ വിശ്രമത്തിനുശേഷം കുറച്ചൊന്ന് സുഖം പ്രാപിച്ചു. അങ്ങനെ ഇരിക്കെ ജപ്പാനിൽനിന്ന് പണ്ഡിതന്മാർ സ്വാമിജിയെ കാണുവാനായി ആശ്രമത്തിൽ എത്തി. ജപ്പാനിൽ നടക്കാൻ പോകുന്ന സർവ്വമതസമ്മേളനത്തിലേക്ക് സ്വാമിജിയെ ക്ഷണിക്കാൻ വേണ്ടിയായിരുന്നു അവർ വന്നത്. സ്വാമിജിക്ക് പോകണം എന്നുണ്ടായിരുന്നു, പക്ഷെ അനാരോഗ്യംമൂലം അത് നടന്നില്ല.

അവസാനകാലം

സ്വാമിജി തന്റെ ജീവിതത്തിന്റെ അവസാനകാലം ബേലൂർമഠത്തിൽ തന്നെയായിരുന്നു. അവിടെ വരുന്ന ജനങ്ങൾക്ക് പ്രഭാഷണങ്ങളും ക്ലാസ്സുകളും എടുത്ത് സന്തോഷത്തോടെ യാത്രയാക്കുക പതിവായിരുന്നു. തന്നാൽ ആവുംവിധം സ്വാമിജി അവരെ സഹായിച്ചിരുന്നു. ഇനി തനിക്ക് അധികം ആയുസ്സില്ല എന്ന് സ്വാമിജി തന്റെ ശിഷ്യന്മാരോട് പറഞ്ഞിരുന്നു. അദ്ദേഹം എപ്പോഴും ഉന്മേഷവാനായിരുന്നു. സ്വാമിജി കുറച്ചുകാലം തങ്ങളോടൊപ്പം ഉണ്ടാകും എന്ന് ശിഷ്യന്മാർ വിശ്വസിച്ചിരുന്നു. പക്ഷെ മരണത്തെ നേരിടാൻ സ്വാമിജി സ്വയം സന്നദ്ധനായിരുന്നു. സമാധിക്ക് മൂന്ന് ദിവസം മുൻപ് പ്രേമാനന്ദസ്വാമിയുമായി മൈതാനത്തു കൂടി നടക്കുമ്പോൾ സ്വാമിജി ഒരു സ്ഥലം ചൂണ്ടിക്കാണിച്ചിട്ട് പറഞ്ഞു 'ഞാൻ ഈ ശരീരം ഉപേക്ഷിക്കുമ്പോൾ ആ ശരീരത്തെ ഇവിടെ സംസ്ക്കരിക്കണം. 1992 ജൂലൈ നാലാം തീയതി സ്വാമിജി രാവിലെ പൂജാമുറിയിൽ പ്രവേശിച്ചു. മൂന്നുമണിക്കൂറോളം ധ്യാനത്തിൽ ഇരുന്നു. അതിനുശേഷം ജഗദംബയെക്കുറിച്ചു കീർത്തനങ്ങളും ആലപിച്ചു. പിന്നീട് മറ്റു സന്ന്യാസിവര്യന്മാരോടു കൂടി ഭക്ഷണം കഴിച്ചു. ഉച്ചഭക്ഷണത്തിനുശേഷം ശിഷ്യന്മാരെ സംസ്കൃതവ്യാകരണം പഠിപ്പിച്ചു. ക്ലാസുകൾ നീണ്ടുപോയതു കാരണം സ്വാമിജി വളരെ ക്ഷീണിതനായിരുന്നു. എന്നിട്ടും പ്രേമാനന്ദസ്വാമിയുമായി വേദങ്ങൾ പഠിപ്പിക്കുവാനായി ഒരു കോളേജ് തുടങ്ങുന്നതിനെകുറിച്ച് സംസാരിച്ചു. അതിനുശേഷം മറ്റു സ്വാമിമാരുമായി കുറേനേരം സംസാരിച്ചു. സന്ധ്യയായപ്പോഴേക്കും സ്വാമിജി വളരെ ക്ഷീണിതനായി. ചുറ്റും നടക്കുന്നത് ഒന്നും അറിയാതെയായി. ദീപാരാധനയ്ക്കുള്ള മണിമുഴങ്ങിയപ്പോൾ സ്വന്തം മുറിയിൽ കയറി ധ്യാനത്തിൽ ഇരുന്നു. കുറച്ചുസമയത്തിനുശേഷം സ്വാമിജി ഒരു ശിഷ്യനെ വിളിച്ച് തന്റെ കാൽ തടവാനും വീശിക്കൊടുക്കുവാനും ആവശ്യപ്പെട്ടു.

തുടർന്ന് കുറച്ചുനേരം അനക്കമില്ലാതെ കിടന്നു. പെട്ടെന്ന് ദീർഘശ്വാസം എടുക്കുന്നത് കണ്ടപ്പോൾ ശിഷ്യൻ മറ്റു സ്വാമിമാരെയും വിളിച്ചു കൂട്ടി. അവർ ഓടിവന്ന് സ്വാമിജിയുടെ നാഡിമിടിപ്പു നോക്കിയപ്പോൾ അത് നിലച്ചിരിക്കുന്നതായി മനസ്സിലായി. രാത്രി ഏകദേശം 9 മണിയായപ്പോഴേക്കും സ്വാമിജി സമാധിയായി. നേരത്തെ പറഞ്ഞസ്ഥലത്തുതന്നെ സ്വാമിജിയെ സംസ്കരിച്ചു. ആ സ്ഥലത്താണ് ഇന്നത്തെ പ്രസിദ്ധമായ വിവേകാനന്ദക്ഷേത്രം നിലനിൽക്കുന്നത്. സ്വാമിജി കഠിനാധ്വാനംകൊണ്ട് ഒരു ആയുഷ്കാലം മുഴുവൻ നടത്തിയ പ്രവർത്തനങ്ങൾ ഇന്നും ഒരു വിഘ്നങ്ങളും കൂടാതെ തുടർന്ന് പോകുന്നു. 'ഉത്തിഷ്ഠതാ ജാഗ്രതാ പ്രാപ്യവര്യാൻ നിബോധത' എന്നതായിരുന്നു സ്വാമിജി തന്റെ അനുയായികളോടും നാട്ടുകാരോടും പറയാറുണ്ടായിരുന്നത്. ഈ സന്ദേശം പൂർണമായും ഉൾക്കൊണ്ട് നാടെങ്ങും പല പദ്ധതികൾക്കും തുടക്കമായി. ദാരിദ്ര്യത്തിനും, സാമൂഹിക അടിമത്തത്തിനും എതിരെ സ്ത്രീ-പുരുഷ ഭേദമെന്യെ എല്ലാവരും ഒത്തൊരുമിച്ചു പ്രവർത്തിച്ചു. സ്വാമിവിവേകാനന്ദൻ തുടങ്ങിവച്ച പ്രവർത്തനങ്ങളാണ് പിന്നീട് സ്വാതന്ത്ര്യസമരത്തിന് ഊർജ്ജം പകർന്നത്.

9 788188 025015

Printed by Libri Plureos GmbH in Hamburg,
Germany